ஒன்றே சொல்!
நன்றே சொல்!

தொகுதி-3

சுப. வீரபாண்டியன்

உங்கள் ரசனை மேம்பட
வானவில் புத்தகாலயம்

10/2 (8/2) போலீஸ் குவார்ட்டர்ஸ் சாலை
(தியாகராயநகர் பேருந்து நிலையத்திற்கும் காவல் நிலையத்திற்கும் இடைப்பட்ட சாலை)
தியாகராயநகர், சென்னை - 600 017
Phone: 2986 0070, 2434 2771 Cell: 72000 50073
Vanavil Puthakalayam 6 th sense_karthi
e-mail : vanavilputhakalayam@gmail.com
Website: www.sixthsensepublications.com

Title:
ONDRE SOL NANDRE SOL PART - 3

Publisher
Karthikeyan Pugalendi
Managing Editor
P. Karthikeyan
Layout
Shrusti Graphics

Author:
Suba Veerapandian

Address:
Vanavil Puthakalayam
10/2(8/2) Police Quarters Road(1st Floor),
(Between Thiyagaraya Nagar Bus Stop & Police Station)
Thiyagaraya Nagar, Chennai - 17
Phone: 29860070, 2434 2771
Cell: 72000 50073
Vanavil Puthakalayam
6 th sense_karthi
e-mail : vanavilputhakalayam@gmail.com
Website: www.sixthsensepublications.com

Edition:

First	: April, 2009
Second	: December, 2009
Third	: September, 2010
Fourth	: August, 2014
Fifth	: March, 2022

Pages : 144
Price : Rs. 177

© Suba Veerapandian

தலைப்பு	:	ஒன்றே சொல்! நன்றே சொல்! (பகுதி - 3)
நூலாசிரியர்	:	சுப வீரபாண்டியன்
பக்கங்கள்	:	144
விலை	:	ரூ.177
உரிமை	:	சுப. வீரபாண்டியன்
முதற்பதிப்பு	:	ஏப்ரல், 2009
முதற்பதிப்பு	:	டிசம்பர், 2009
முதற்பதிப்பு	:	செப்டம்பர், 2010
நான்காம் பதிப்பு	:	மார்ச், 2022

வானவில் புத்தகாலயம்
10/2 (8/2) போலீஸ் குவார்ட்டர்ஸ் சாலை (முதல் தளம்)
(தியாகராயநகர் பேருந்து நிலையத்திற்கும் காவல் நிலையத்திற்கும் இடைப்பட்ட சாலை)
தியாகராயநகர், சென்னை - 600 017
தொலைபேசி : 29860070, 24342771
கைபேசி: 72000 50073
மின்னஞ்சல்: subavee11@gmail.com

இந்தப் புத்தகத்திலுள்ள எந்த ஒரு பகுதியையும் பதிப்பாளர் மற்றும் எழுத்தாளர் அனுமதியை எழுத்து மூலம் பெறாமல் பதிப்பிக்கவோ, நாடகமாக்கவோ, திரைப்படமாக்கவோ கூடாது

No part of this book may be reproduced or transmitted in any form without permission in writing from the author or publisher

நீங்கள் Smart Phone உபயோகிப்பவராக இருந்தால் QR Code Reader Application மூலம் இதை Scan செய்தால் நேரடியாக எமது இணையதளத்திற்கு சென்று மேலும் எங்கள் வெளியீடுகள் பற்றிய விவரங்களைப் பெறலாம்.

A1 ISBN :978-81-92465-86-9

மு. கருணாநிதி
முதலமைச்சர்

தலைமைச் செயலகம்
சென்னை - 600 009

நாள் 26-03-2009

வாழ்த்துரை.

"கலைஞர் தொலைக்காட்சி"யில் காலை வேளையில் எந்தவொரு நிகழ்ச்சியை நான் பார்த்தாலும் – பார்க்கா விட்டாலும் – தம்பி சுப. வீரபாண்டியன் அவர்களின் "ஒன்றே சொல்! நன்றே சொல்!" என்ற நிகழ்ச்சியைப் பார்க்கத் தவறு வதில்லை.

அவர் நம்மை அழைத்து "ஒன்றே சொல்! நன்றே சொல்!" எனச் சொல்வது ஒரு சொல் அல்ல! அது ஒரு வைரக் கல்! ஆம், பட்டை தீட்டப்பட்ட வைரக் கல்!

பகுத்தறிவு பற்றி மேற்கோள்கள் பலவற்றுடன் அவர் அளிக்கும் மருந்து – தமிழ்ச் சமுதாயத்தின் மூட நம்பிக்கை நோய் தீர்க்கும் மருந்து.

வரலாறுகளைப் புரட்டி – அவர் நம் கண் முன்னால் விரித்து வைக்கும் செய்திகள், நிகழ்வுகள் அனைத்தும் தெவிட்டாத விருந்து.

அழகான தமிழ் –
ஆணித்தரமான குரல் –
அடுக்கடுக்கான உவமைகள் –
அத்தனையும் அறிவுக்கடலின் ஆழத்திலிருந்து
எடுத்த முத்துக்கள்.

அந்த முத்தாரம் அணிந்து – தொலைக்காட்சியில் தம்பி, "சுப.வீ" எப்போது தோன்றுவாரென்று நான் நாள்தோறும் காலை நேரத்தில் எதிர்பார்க்கிறேனே, அது தான் அவரது கருத்துகளைத் தாங்கி வெளி வரும் "ஒன்றே சொல்! நன்றே சொல்!" என்ற இந்தத் தொகுப்புக்கு நான் எழுதிய சிறப்புரை என்று எடுத்துக் கொள்ளலாம்.

என்றும்

அன்புள்ள,

(மு. கருணாநிதி)

நன்றியுரையே
முன்னுரையாக...

காடுகள், மலைகள், கவின்மிகு கடல்களில் மட்டுமின்றி, வெளிகளில்கூட விரிந்து கிடக்கிறது உலகம். அள்ள அள்ளக் குறையாமல் ஆயிரம் கோடிப் புதையல், காலம் தோறும் காத்துக் கிடக்கிறது நம் முன்னால்!

எடுக்கப் புறப்பட்டவர்கள் ஏராளமாய் ஏந்தி வருகின்றனர். சோம்பிக் கிடப்பவர்கள், சுற்றுச் சுவர்களுக்குள் முடங்கிப் போகின்றனர்.

அள்ளிவர முடியாவிட்டாலும், அங்கு கொஞ்சம், இங்கு கொஞ்சமாய்க் கிள்ளி வரும் வாய்ப்பினை எனக்கு வழங்கியது இரண்டாண்டுகளுக்கு முன், கலைஞர் தொலைக்காட்சி.

2007 ஆகஸ்ட் மாதத் தொடக்கத்தில், ஒரு விபத்திற்குள்ளாகி, காலில் எலும்பு முறிந்து, கட்டிலில் படுத்திருந்த நேரம், தொலைபேசியில் அழைத்தார் நண்பர் ரமேஷ் பிரபா. செப்டம்பர் 15 முதல் தொடங்கப்படவிருக்கும் கலைஞர் தொலைக்காட்சியில் ஒவ்வொரு நாளும் ஒரு செய்தி குறித்து நீங்கள் பேச வேண்டும் என்றார்.

உவகையில் உள்ளம் அசைந்தது. ஆனால், கடுகளவும் கால் அசைக்க முடியவில்லை. அதனால் தயங்கித் தயங்கி மறுத்தேன். தடுமாற்றம் வேண்டாம், இன்னும் இரண்டு வாரம் காத்திருக்கிறேன், குணப்படுத்திக் கொண்டு கூடிய விரைவில் வாருங்கள் என்றார்.

அந்தக் காத்திருத்தலுக்கு என் முதல் நன்றி.

தொலைக்காட்சியைப் பார்க்கத் தொடங்கிய பின், வானொலியைக் கேட்பது குறைந்துதான் போயிற்று. ஆனாலும், காலை 7.35 மணி முதல் 7.40 வரை, 'இன்று ஒரு தகவல்' பகுதியை மட்டும் கேட்கத் தவறுவதில்லை நான். ஆயிரம் சிங்கக் குரல்கள் இருந்தாலும், தென்கச்சியாரின் அந்த கிராமியக் குரல் ஒரு தனி சுகம். ஐந்து நிமிடங்களுக்குள்ளாகக்கூட, ஒரு செய்தியைச் சொல்லிவிட முடியும் என்கிற நம்பிக்கையை அந்த நிகழ்ச்சி தந்தது. அதுவும், அந்தக் குறுகிய நேரத்திற்குள் **ஒரு எடுப்பு, ஒரு தொடுப்பு, ஒரு முடிப்பு** என ஒரு வடிவத்தையே **அவர்** உருவாக்கி வைத்திருந்தார்.

தமிழ்நாட்டில் எத்தனையோ பேரைப் பாதித்ததைப்போல, என்னையும் தென்கச்சியார் பாதித்தார். அந்தப் பாதிப்பு எனக்குள் படிந்து கிடந்திருக்கிறது. அந்தத் தாக்கம்தான் இப்போது ஒன்றே சொல்லவும், அதனை நன்றே சொல்லவும் எனக்கு உதவியுள்ளது.

எப்போதும் நான் மதிக்கும் அந்தத் தென்கச்சியாருக்கு என் நன்றி.

நிகழ்ச்சி தொடங்கிய சில வாரங்களிலேயே, நண்பர்களிடமிருந்து பாராட்டும், ஊக்கமும் கிடைத்தன. புகழ்பெற்ற பெருமக்கள் சிலரும் தொலைபேசியில் அவ்வப்போது அழைத்துப் பாராட்டினர். திராவிடர் கழகத் தலைவர் ஐயா கி.வீரமணி, திரு. ஏ.வி.எம். சரவணன், ஐயா ஆர்.எம்.வீ., திரு.வலம்புரி சோமநாதன் போன்றவர்கள் அளித்த பாராட்டுரைகள், என்னை நான் மேலும் நெறிப்படுத்திக் கொள்ள உதவிற்று.

ஒருநாள், நிகழ்ச்சி முடிந்த சில நிமிடங்களில், ஒரு தொலைபேசி வந்தது.

"முதலமைச்சர் வீட்ல இருந்து பேசுறோம், ஐயா பேசுறாங்க" என்று சொன்னவுடன், பதற்றம் என்னைப் பற்றிக் கொண்டது.

அந்தக் கரகரப்பான குரலில், கலைநயம் மிகுந்த தமிழில், கலைஞர் என்னைப் பாராட்டினார்.

என் கல்லூரி நாள்களில், காரைக்குடி, காந்தி திடலில் ஆயிரமாயிரம் மக்களில் ஒருவனாய்த் தொலைவில் நின்று, கேட்கக் காத்திருந்த குரல் அன்றோ அது! இன்று என்னோடு நேரிடையாகப் பேசுகின்றபோது, எத்தனை இன்பம் என்நெஞ்சுக்குள்!

இப்படி இன்னும் ஓரிரு முறைகள், அவருடைய பாராட்டைப் பெற்றேன். சென்னை, இராமச்சந்திரா மருத்துவமனையில், பிப்ரவரி 25 காலை, அவரைப் பார்க்கச் சென்றிருந்தபோதும், "இன்று காலை, மெக்சிகோ போராளிப் பெண்களைப் பற்றி நீ பேசிய செய்தி நன்றாக இருந்தது" என்றார்.

இந்த நிகழ்ச்சிகளுக்குப் பிறகுதான், அந்தச் சிற்றுரைகள் நூல் வடிவம் பெறத் தொடங்கிய வேளையில், கலைஞரிடமே ஒரு வாழ்த்துரை கேட்கலாமே என்று தோன்றியது. கேட்டேன். நூலைக் கொண்டு வந்து கொடு என்றார்.

25-03-09 மாலை நான்கு மணிக்கு, கோபாலபுரம் வீட்டில் கொண்டு போய்க்கொடுத்தேன். 26ஆம் தேதி காலையில் தொலைபேசி

வந்தது. ''வாழ்த்துரை தயாராக உள்ளது. வாங்கிக் கொண்டு போகலாம்'' என்றார், உதவியாளர் மருதநாயகம்.

எல்லோருக்கும் நன்றி சொல்லலாம். எப்படி நான் நன்றி சொல்வேன் தலைவர் கலைஞருக்கு!

இடையிடையே சில நூல்களை இந்நிகழ்ச்சியில் நான் அறிமுகப் படுத்தினேன். எழுத்தாளர்கள் பலருடன் எனக்குத் தொடர்பு ஏற்பட அது உதவிற்று. நல்ல நூல்கள் பலவும் எனக்கு வந்து சேர்ந்தன. தேடித் தேடிப் படைப்பிலக்கிய நூல்கள் பலவற்றை அனுப்பி வைத்தார். அன்பே உருவான ஆங்கரை பைரவி.

அப்பா என்று என்னை அழைக்கும் அந்தப் பிள்ளைக்கும், என்னை மதித்துத் தம் நூல்களை அனுப்பிய எழுத்தாளர் பலருக்கும் என் நன்றி உரியது.

தொடர் வண்டிப் பயணத்தில் ஒரு பெரியவர் என்னைப் பார்த்து, ''ஏம்ப்பா, இவ்வளவு நல்ல விஷயத்தை எல்லாம் சொல்றியே, இத்தனை நாள் எங்கிருந்தே?'' என்றுகேட்டார்.

''இருபது வருடங்களாக நான் இப்படித்தான் பேசிக் கொண்டிருக் கிறேன். ஆனாலும் ஊடகம்தான் என்னை உங்கள் வீட்டிற்குக் கொண்டு வந்திருக்கிறது'' என்றேன்.

இப்படி உலகெங்கும் உள்ள தமிழர்களின் வீடுகளுக்கு என்னை அழைத்துச் சென்றிருக்கும் கலைஞர் தொலைக்காட்சிக்கும், காணும்போதெல்லாம் ஊக்குவித்துப் பாராட்டும், திரு.அமிர்தம், திரு.இராம.நாராயணன் ஆகியோருக்கும் நன்றி.

அறிமுகம் அதிகமில்லை. ஆனாலும் தொடர்பு கொண்டு, உங்கள் குரலை நூல் வடிவில் கொண்டு வருகிறேன் என்றார் வானவில் புத்தகாலய உரிமையாளர் சுப.புகழேந்தி. இசைந்தேன். தினந் தோறும் நான் கலைஞர் தொலைக்காட்சியில் ஆற்றும் உரைகளைப் பதிவு செய்யத் தொடங்கினார். நண்பர் பாலகிருஷ்ணனின் வித்தக விரல்கள் விரைந்து அதனைத் தட்டச்சு செய்தன.

எனக்கே மலைப்பாக உள்ளது. இப்போது ஏறத்தாழ ஈராயிரம் பக்கங்கள் அணியமாய் உள்ளன. அவற்றுள் சிலவற்றைத் தேர்ந்தெடுத்து, ஏறத்தாழ 500 பக்கங்கள், மூன்று தொகுதிகளாய் முதலில் வெளியிடப்படுகின்றன. தொடர்ந்தும் தொகுதிகளைக் கொண்டு வர இருக்கின்றோம்.

இயந்திரத் தனமில்லாமல், ஓர் ஈடுபாட்டோடு இந்தத் தொகுதிகளை வெளிக் கொண்டு வந்துள்ள வானவில் புத்தகாலயக் குழுவினருக்கும், அழகிய அட்டை வடிவமைப்பை வழங்கியுள்ள அருமை நண்பர் விஜயனுக்கும் என் நன்றி.

கருஞ்சட்டைத் தமிழரின் உதவி ஆசிரியர் உமாவின் ஒத்துழைப்பு இல்லையென்றால், உரிய நேரத்தில் இந்த நூல் வெளிவந்திருக்காது. சலிக்காமலும், முகம் சுளிக்காமலும், மெய்ப்புத் திருத்தி, சிலவிடங்களில் திருத்தம் சொல்லி உதவிய உமாவிற்கு நன்றி.

தோழர் எழில் இளங்கோவனின் இணையற்ற துணைக்கும், கருஞ்சட்டைத் தமிழர் உதவி ஆசிரியர் மயில்வாகனனின் உதவிகள் பலவற்றிற்கும் என் நன்றி.

என் பணிகள் அனைத்திலும் உடனிருந்து, தொய்வின்றி அவை நடைபெறத் தோள்கொடுத்து, ஒவ்வோர் அரங்கிலும் என்னை உயர்த்திப் பிடிக்கும், நான் சார்ந்திருக்கும் திராவிட இயக்கத் தமிழர் பேரவைத் தோழர்கள் அனைவருக்கும் நன்றி.

வீட்டிலிருக்கும் நேரம் மிகக் குறைவு. இருக்கும்போதும், புத்தகம் படித்துக் கொண்டும், தொலைபேசியில் உரையாடிக் கொண்டும் உள்ள ஒரு மனிதனை எந்த மனைவி சகித்துக் கொள்வார்?

அந்தச் சகிப்புத் தன்மையால்தான், என்னால் இப்படிப் பல செயல்களைச் செய்ய முடிகிறது. என் வாழ்க்கைத் துணைவர் வசந்தாவிற்கும், நாள் தவறாமல் இந்நிகழ்ச்சி பற்றித் தன் கருத்தைச் சொல்லும் என் மூத்த மகன் இலெனினுக்கும் என் நன்றி.

எவ்வளவுதான் நினைந்து நினைந்து எழுதினாலும், விட்டுப் போனவர்களின் பட்டியல் ஒன்று இருந்தே தீரும். அப்படி இருந்தால், அவர்கள் என்னை மன்னிக்கட்டும்.

- சுப.வீரபாண்டியன்

பதிப்புரை

இன்றைய தலைமுறைக்குப் படிப்பதற்கு நேரம் ... ...கு முடிவதில்லை. எவற்றைப் படிக்க வேண்டும் என் ...ர்களுக்கு வழிகாட்டுவதற்கும் யாருமில்லை. அவர்களுடைய அறிவுப் பசியைத் தீர்க்கும் விதத்தில், தான் பெற்ற உலக அனுபவங்கள், தான் படித்த புத்தகங்களின் சாரங்கள் இவற்றைக் கலைஞர் தொலைக்காட்சியின் 'ஒன்றே சொல்! நன்றே சொல்!' உரைத் தொகுப்பின் மூலமாக நமக்குத் தருகிறார் ஐயா சுப.வீரபாண்டியன் அவர்கள். அந்த உரைத் தொகுப்பின் ஒரு பகுதி புத்தக வடிவில் மூன்று தொகுதிகளாக இப்போது உங்கள் கரங்களில் தவழ்கிறது. மற்ற தொகுதிகளும் தொடர்ந்து வெளி வரும்.

காலை 8.45 மணிக்கு எல்லார் வீட்டிலும் கலைஞர் தொலைக் காட்சியின் ஒன்றே சொல்! நன்றே சொல்! நிகழ்ச்சியைத்தான் பார்த்துக் கொண்டிருப்பார்கள்.

எங்கள் வீட்டில் அந்த நேரம் கூடுதல் பரபரப்பு நிலவும் நேரம். நாங்கள் அந்த நிகழ்ச்சியை விரும்பிப் பார்ப்பது மட்டுமல்ல அந்தப் பரபரப்புக்குக் காரணம், அதை கவனமாக தினமும் ஒலிப்பதிவு செய்து கொண்டு வந்து புத்தக வடிவில் வருவதற்கு ஒளி அச்சுக்கோர்வை செய்யவும் வேண்டும்.

நாங்கள் உலக வரலாற்றை, இலக்கியங்களை, சமூக மாற்றங் களைப்பற்றித் தெரிந்து கொள்வதற்கு அது பெரிதும் உதவியிருக் கிறது. இப்போது உங்களுக்கும் புத்தக வடிவில் இருந்து உதவப் போகிறது.

ஐயா சுபவீ அவர்கள் தன் இடையறாத பணிகளுக்கிடையில் புத்தகம் வெளிவருவதற்கு உதவி புரிந்துள்ளார்கள். அவர்களுக்கு எங்கள் நன்றி.

முத்தமிழ் அறிஞர் தமிழக முதல்வர் டாக்டர் கலைஞர் அவர்கள் எங்கள் பதிப்புத்துறைக்கு செய்துள்ள நன்மைகள் ஏராளம். அவர்கள் இந்த நூலுக்கு அருமையானதொரு வாழ்த்துரை தந்து சிறப்பித்திருக்கிறார்கள். அவர்களுக்கும் எங்கள் மனமார்ந்த நன்றியைத் தெரிவித்துக்கொள்கிறோம்.

சுப.புகழேந்தி
வானவில் புத்தகாலயம்

பொருளடக்கம்

1. அம்பேத்கரின் லட்சியம் 11
2. செக்காவ் தந்த சிறுகதை 16
3. தில்லையாடி வள்ளியம்மை 21
4. கவிக்கோ காட்டும் பித்தன் 26
5. இந்திய அரசமைப்புச் சட்டம் 30
6. இடைக்காலப் பெண்கள் 33
7. பயண இலக்கியம் 37
8. சுருக்கமும், விரிவும் 41
9. நெருடாவின் பார்வையில் எலியட்டும் விட்மனும் 45
10. தமிழகம் வந்த டொமினிக் ஜீவா 49
11. கவனித்தலும் கவனிக்கப்படுதலும் 54
12. காரல் மார்க்ஸ் 58
13. கீழ்க்காட்டு ஆடு 62
14. தென்றலும், வாடையும் 67
15. நாகம்மையார் மரணம் 71
16. புறம் காட்டும் பண்பாட்டு மயக்கம் 75
17. பாண்டவர்களுக்காகக் கண்ணன் 78
18. ஆண் - பெண் சமத்துவம் 82
19. பண்பின் சிகரம் அண்ணா 86
20. வடமொழியிடம் சரண் அடைவதா? 91
21. பழங்கதைகள் புதுப்பார்வை 95
22. அணில் குஞ்சும் மதக்கலவரமும் 99
23. கள்ளும் மீனும் கலந்த தமிழ் 104
24. அம்பேத்கரின் பொருளியல் பார்வை 108
25. மருத்துவ உலகின் வளர்ச்சி 112
26. பிள்ளைகளின் கல்வி... பெரியாரின் தாகம் 115
27. மால்கம் எக்ஸ் 119
28. தேயிலையின் நிறம் சிவப்பு 123
29. தாலியின் புனிதம் 127
30. அரவிந்தர் 132
31. வயது தடையன்று 137
32. ஏழு செல்வங்கள் 140
33. தமிழ் இசை 145
34. எரிகிறது ஈழம் 149
35. பராசக்தியும் பணமும் 153
36. தூங்காமல் தூங்கி 157

அம்பேத்கரின் லட்சியம்

இந்து மதத்தின் மீது சில கடுமையான தாக்குதல்களை நிகழ்த்தியிருக்கிறார் என்பது உண்மைதான். அவைகூட மதம் சார்ந்த அல்லது இந்து மதம் சார்ந்த கோட்பாடு களின் மீதான தாக்குதல்கள் அல்ல. அது குறிப்பாக ஏற்றத்தாழ்வுகள் மிகுந்த சமத்துவமற்ற ஒரு நிலையை நோக்கியதாகத்தான் இருந்தது.

ஏப்ரல் 14, அம்பேத்கருடைய பிறந்த நாள். அவர் ஒரு சமூகப் போராளி, சட்டத்தை இயற்றியவர் என்பதையெல்லாம் நாம் அறிவோம். அவருடைய பிறந்த நாளில் அவருடைய அடிப்படையான கனவாகவும், லட்சியமாகவும் இருந்த கோட்பாடு என்ன என்பதை நாம் நினைவு கூர்வது பொருத்தமாக இருக்கும்.

சமூக ஜனநாயகம் என்பதுதான் அவருடைய கனவு என்று சொல்லலாம். நாம் ஜனநாயகம் என்கிற சொல்லை அரசியலோடு தான் பொருத்திப் பார்க்கிறோம். அரசியல் ஜனநாயகம்கூட இந்த நாட்டில் ஓரளவுக்கு வந்திருக்கிறது. மறுக்க முடியாது. அரசியல் ஜனநாயகத்துக்குப் பல்வேறு கூறுகள் இருக்கின்றன என்றாலும், அடிப்படையான சில கூறுகள் இன்று நிறைவேறியிருக்கின்றன. பணக்காரனோ ஏழையோ, ஆணோ பெண்ணோ, வயது முதிர்ந்தவனோ, இளையவனோ யாராக இருந்தாலும் ஒருவருக்கு ஒரு வாக்குதான் என்பது ஒருவிதமான அரசியல் ஜனநாயம். இது நம்முடைய நாட்டிலேயும் இருக்கிறது, வெளி நாடுகளிலேயும்

இருக்கிறது. இன்னமும் அரசியல் ஜனநாயகத்திலே நாம் எட்டவேண்டிய தொலைவுகள் கூடுதலாக இருக்கலாம். ஆனால் அரசியல் ஜனநாயகம் ஓரளவுக்கு வந்திருக்கிறது.

ஆனால் ஒருவர் எந்த ஜாதியிலே பிறந்தாலும், எந்த மதத்தில் பிறந்தாலும் எல்லோருக்கும் ஒரே விதமான, சமமான நிலை சமூகத்திலே ஏற்படவில்லை. எனவே சமூக ஜனநாயகம் என்பது இன்றைக்கு வரைக்கும் முழுமையாக வரவில்லை என்பதுதான் **உண்மையான செய்தி.** எனவே அவர் தன்னுடைய காலம் முழுவதும் சமூக ஜனநாயகத்துக்காகத்தான் பாடுபட்டார், அதை நோக்கித்தான் பயணப்பட்டார். அவர் இந்து மதத்தின் மீது சில கடுமையான தாக்குதல்களை நிகழ்த்தியிருக்கிறார் என்பது **உண்மைதான்.** அவைகூட மதம் சார்ந்த அல்லது இந்து மதம் சார்ந்த **கோட்பாடு** களின் மீதான தாக்குதல்கள் அல்ல. அது குறிப்பாக ஏற்றத்தாழ்வுகள் மிகுந்த சமத்துவமற்ற ஒரு நிலையை நோக்கிய தாகத்தான் இருந்தது. ஆகையினாலேதான் 1930களிலேயே அந்தச் சிந்தனைக்கு வந்து விட்டார். நான் மத மாற்றம் என்பதை ஏற்கலாமா என்கிற நினைப்பிலே இருக்கிறேன் என்கிறார்.

அப்போது அண்ணல் காந்தியடிகள் கூட, வேண்டாம், நீங்கள் தீண்டாமையை எதிர்த்துத்தான் இந்து மதத்தை விட்டு போகிறேன் என்கிறீர்கள், தீண்டாமை என்பதுகூட இன்றைக்கு இறுதி நிலைக்கு வந்திருக்கிறது, எனவே இந்தத் தருணத்தில் மதமாற்றத்தை மேற்கொள்ள வேண்டாம் என்று சொல்கிறார். இன்னும் பலரும் சொல்கிறார்கள், இந்து மதத்தை விட்டுப் போக வேண்டாம் என்று வற்புறுத்துகிறபோது, அம்பேத்கர் ஒரு நிபந்தனை விதிக்கிறார். எல்லோருமாகச் சேர்ந்து இந்து மதத்தை விட்டுப் போகவேண்டாம் என்று கேட்டுக் கொள்கிறீர்கள்! இந்து மதத்துக்குள்ளே சமத்துவம் இருக்கிறது என்று சொல்கிறீர்கள்! அது உண்மையானால், ஒரே ஒரு செயலைச் செயலில் நிகழ்த்திக் காட்ட வேண்டும். தாழ்த்தப்பட்ட ஒருவரைச் சங்கர மடத்தினுடைய தலைவராக, சங்கராச்சாரியாராக ஆக்க வேண்டும் என்கிற கோரிக்கையை வைக்கிறார். யாரை என்பதையும் அவரே முன்மொழிகிறார். யாரோ ஒருவரையென்றால் நீங்கள் ஏற்க மாட்டீர்கள், ஆனால் வல்லபாய்ப்படேல் அவர்களே பாரதத்தினுடைய தவப்புதல்வன் என்று யாரைக் குறிப்பிடுகிறாரோ,

இந்திய மக்கள் எல்லாம் இன்றைக்கு ஒரு மிகப்பெரிய மனிதன் என்று யாரை ஏற்றுக் கொள்கிறார்களோ அந்த என்.எல்.ஜகத் அவர்களை நீங்கள் ஒரு ஆண்டிற்காவது சங்கராச்சாரியாக ஆக்க வேண்டும், ஆக்குவது மட்டும் போதாது, அதற்குப் பிறகும் அந்த சங்கர மடத்துக்குப் பிராமணக் குடும்பத்தைச் சார்ந்த மூன்று குடும்பங்களாவது வரவேண்டும். அவரைப் பணிந்து வழிபடவேண்டும். அப்படி நீங்கள் செய்வீர்களேயானால் இந்து மதத்துக்குள்ளேயே சமத்துவம் இருக்கிறது என்பதை நான் ஏற்றுக் கொள்கிறேன். இந்து மதத்தை விட்டு ஒருநாளும் போகமாட்டேன் என்கிறார். ஆனால் அவருடைய நிபந்தனை ஏற்கப்பட வில்லை. அதற்குப் பிறகுதான் அந்தப் புகழ்பெற்ற அம்பேத்கரினுடைய வரிகள் அவராலே கூறப்பட்டன, நான் இந்துவாகப் பிறந்தாலும் இந்துவாகச் சாகமாட்டேன் என்று அவர் சொல்கிறார். அங்கேயே அவருக்கு மதமாற்ற எண்ணம் வந்துவிடுகிறது.

ஆனால் அதற்குப் பிறகு ஏறத்தாழ 22, 23 ஆண்டுகள் ஏன் மதம் மாறவில்லை என்பதற்குப் பல அடிப்படையான காரணங்கள்

இருந்தன. அவர் பௌத்தமதம் பற்றிய கட்டுரைகளை அப்போதே எழுதத் தொடங்கி விட்டார். பல இடங்களிலே அதுபற்றி அவர் பேசினார். அந்தக் காலக்கட்டத்திலே பிற மதத்தைச் சார்ந்தவர்களும்கூட அவரை அணுகினார்கள். நீங்கள் மத மாற்றம் என்று முடிவெடுத்து விட்டீர்கள், ஏன் இஸ்லாமிய மதத்திற்கு வரக்கூடாது, ஏன் கிறிஸ்தவ மதத்திற்கு வரக்கூடாது என்றனர். ஆனாலும் அவர் பௌத்த மதத்தைத்தான் தேர்ந்தெடுத்தார்.

1946-வது ஆண்டு பர்மாவிலே அதற்காக ஒரு மாநாட்டைக் கூட்டினார். அந்த மாநாட்டில் தந்தை பெரியார் அவர்கள்கூடப் போய்க் கலந்து கொண்டார். அங்கேதான் இந்த மத மாற்றம் பற்றி வெகுவாக விவாதிக்கப்பட்டது. ஆனாலும்கூட அந்த மத மாற்றத்தை அவர் நிகழ்த்துவதற்கு, அதற்குப் பிறகும் 10 ஆண்டுகள் ஆயின.

1956-வது ஆண்டு அக்டோபர் மாதத்திலே ஏறத்தாழ 10 லட்சம் மக்கள் கூடியிருந்த அந்த வேளையிலே நாக்பூரிலே அவர் பௌத்த மதத்தை ஏற்றார். அவரோடு சேர்ந்து லட்சக்கணக்கான மக்களும் அந்த பௌத்த மதத்திற்கு மாறினார்கள். எனவே மத மாற்றம் என்பது. அந்த எண்ணம் அவருக்கு வந்ததற்குப் பிறகு 22 ஆண்டுகளுக்குப் பின் நிகழ்ந்தது. அவர் ஒரு முடிவை எடுத்த உடனேயே செயல்படுத்தி விடாமல், மேலும் மேலும் அந்த சிந்தனைகளைப் பற்றி ஆராய்ந்து, விவாதித்து, மற்ற மதங்களோடும் பேசி அதற்குப் பிறகு முடிவுக்கு வந்திருக்கிறார். மேலும் எந்த ஒரு முடிவும் பெரும் அறிவாளியினுடைய முடிவாக இருந்தால் மட்டும் போதாது, அது மக்களின் முடிவாக இருக்க வேண்டும். மக்களைத் திரட்டிச் செய்கிற காரியம்தான் வரலாற்றில் இடம்பெறும். அறிவாளர்கள் படிப்பாளிகள் எடுத்த முடிவுகள் கூட மக்கள் திரளாலே ஏற்கப்படுகிறபோதுதான், அதற்கான சமூக அங்கீகாரம், வரலாற்று ஏற்பளிப்பு நிகழ்கிறது.

தொடக்கத்திலே அதாவது 1932, 33-இல் முடிவெடுத்தபோது, அவருக்கு இருந்த அறிமுகம், மக்களிடத்திலே இருந்த புகழை ஒப்பிட்டுப் பார்க்கிற வேளையிலே 1950களுக்குப் பிறகு அவர் மிகப் புகழ் வாய்ந்தவராக இருந்தார். இந்தியாவிலே எந்த மூலையிலும் எந்த மக்களாலும் அறியப்படுகிறவராக இருந்தார்.

தொழிலாளர் அமைச்சராக இருந்தார், சட்ட அமைச்சராக இருந்தார். பிறகு அந்த அமைச்சர் பதவியிலேயும் இருந்து விலகினார். இப்படிப் பல்வேறுவிதமான அறிமுகங்களும் வந்ததற்குப் பிறகுதான் என்றாலும், இன்றைக்கு இருப்பதுபோலச் செய்தித் தொடர்புகள் எல்லாம் இல்லாத காலத்தில் அத்தனை லட்சம் மக்களைத் திரட்ட முடிந்திருக்கிறது என்று சொன்னால், அதுதான் அவருடைய புகழின் உச்சமாக இருந்திருக்கிறது. எனவே 1956-ஆவது ஆண்டு அவர் தன்னுடைய எண்ணத்தை நிறைவேற்றிப் பௌத்த மார்க்கத்துக்குப் போனார். அடிப்படையில் இந்த மதத்தில் இருந்து அந்த மதத்திற்குப் போனார் என்பதன்று செய்தி. அந்த மத மாற்றம் என்பதே சமூக ஜனநாயகம் என்கிற ஒரு கோட்பாட்டில் நடந்த நிகழ்வு. எனவே அம்பேத்கரினுடைய நோக்கம் சமூக ஜனநாயகம்தான். அந்த சமூக ஜனநாயகம் இன்னும் வந்து சேரவில்லை என்பதை நாம் அறிவோம், அதை நோக்கி நாம் பணியாற்றுவதுதான் நாம் எடுத்துக்கொள்ள வேண்டிய உறுதியாகவும், அவருக்குச் செலுத்தும் வீர வணக்கமாகவும் இருக்க முடியும்.

◻

செக்காவ் தந்த சிறுகதை

***வா**ழ்க்கையில் எப்போது எப்படிப் பேச வேண்டும் என்பதையும், எதைப் பேச வேண்டும் என்பதையும் புரிந்து கொள்கிற மனிதர்களாக நாம் இருக்க வேண்டும்.*

எழுத்தாளர் அன்டன் செக்காவினுடைய சிறுகதைகள் உலகப் புகழ்பெற்றவை. அவருடைய சில கதைகள் பல மொழிகளிலே பெயர்க்கப்பட்டு, நாடகங்களாக இன்றைக்கும்கூட நடிக்கப்பட்டுக் கொண்டிருக்கின்றன. குறிப்பாக ஒரு குமாஸ்தாவினுடைய மரணம், பச்சோந்தி ஆகியன பல மொழிகளிலேயும் நாடகங்களாக நடிக்கப்பட்டுக்கொண்டிருக்கின்றன. அவர் என்றைக்கோ எழுதிய கதைகள் அவை. இன்றைக்கும் பொருந்துகின்றன.

எப்படி இரண்டுபேர் பகையாளியாகிறார்கள். அதற்கு அந்தச் சூழ்நிலை எப்படி காரணமாக ஆகிறது என்பதை விளக்கும் கதை 'பகைவர்கள்' (The enemies) என்பது. அந்தக் கதையினுடைய தொடக்கத்தில் ஒருவன் அலறி அடித்துக்கொண்டு மருத்துவருடைய வீட்டுக்குள்ளே வருகிறான். ஒரு விவசாயி. அந்தச் சிற்றூரிலே இருக்கிறவன். அவனுடைய மனைவி இருதய நோயால், நெஞ்சு வலியால் துடித்துக் கொண்டிருக்கிறாள். அவளைக் காப்பாற்றுவதற்கு இந்த மருத்துவரை அழைத்துக் கொண்டு போவதற்கு அவன் ஓடி வருகிறான். ஐயா மருத்துவர் இருக்கிறாரா, இருக்கிறாரா என்கிற சத்தத்தோடு வருகிறான். அது ஒரு இரவு நேரம். அந்த வீட்டில் ஒரு சத்தமும் இல்லை. மருத்துவர்

இல்லையோ என்கிற அச்சம் வருகிறது. எப்படியாவது தன் மனைவியைக் காப்பாற்றி விட வேண்டுமே என்கிற கவலை. மறுபடியும் குரல் கொடுக்கிறபோது, மிகவும் சோகமாக மருத்துவர் உள்ளே இருந்து வெளியே வந்து, என்ன என்று கேட் கிறார். ஐயா இருக்கிறீர்களா! நல்லவேளை நீங்கள் இல்லையோ என்று பயந்து விட்டேன், ஒன்றுமில்லை என் மனைவிக்கு ரொம்பவும் நெஞ்சு வலியாக இருக்கிறது, உடனே புறப்படுங்கள் என்கிறான். மருத்துவர் கொஞ்சம் நிதானமாகச் சொல்கிறார், மன்னித்துக்கொள்... இப்போது என்னால் வர முடியாது? என்கிறார்.

இல்லை இல்லை நீங்கள் உடனே வரவேண்டும். இப்போதே புறப்படவேண்டும் என்று அவன் கெஞ்சுகிறான். ஏன் வரமுடியாது என்கிறீர்கள்? நான் வண்டியை அழைத்து வந்திருக்கிறேன். வண்டியிலே போய்விடலாம் என்கிறான். அதில் எல்லாம் சிக்கல் இல்லை, என்னால் இப்போது வரமுடியாது, சொன்னால் கேள், என் மனநிலை வருகிற நிலையில் இல்லை என்கிறார். அப்படியெல்லாம் ஒரு மருத்துவர் சொல்லக் கூடாது, நீங்கள் வந்தேக ஆகவேண்டும் என்று கட்டாயப்படுத்துகிற போது, அந்த மருத்துவர் உண்மையைச் சொல்கிறார், வேறொன்றும் இல்லை. காரணத்தைப் புரிந்து கொண்டால் என்னை நீ விட்டு விடுவாய். என் மகன் இப்போதுதான் இறந்து போய்விட்டான். கொஞ்ச நேரம் தான் ஆகிறது. அவனுடைய பிணம் உள்ளே கிடக்கிறது, நானே என்ன செய்வது என்று தெரியாமல் என்னுடைய துக்கத்தை அடைத்துக் கொண்டிருக்கிறேன். எனவே என்னால் வரமுடியாது... மன்னித்துக் கொள் என்று சொன்ன உடனேயே அவனுக்கு அந்த நிலைமை புரிகிறது.

அடடா அப்படியா? இந்த நேரத்தில் நாம் வந்து விட்டோமே என்று அவன் கவலைப்படுகிறான். மன்னித்துக் கொள்ளுங்கள், எனக்கு உங்கள் நிலைமை தெரியாது என்று சொல்லி விட்டு, பிறகு இரண்டு நிமிடம் தயங்கி நின்று, மறுபடியும் மருத்துவரிடத்திலே சொல்கிறான், நான் மறுபடியும் கேட்கிறேன் என்று கோபித்துக் கொள்ளக்கூடாது. பிள்ளையை இழந்த சோகம் என்ன என்று எனக்குப் புரியும். உங்கள் மனைவி உள்ளே அழுது கொண்டிருக் கிறார், அந்த சத்தமும் என் காதுகளில் இப்போது விழுகிறது. ஆனாலும் ஒன்று சொல்கிறேன், மறுபடியும் சொல்கிறேன் என்னை

நீங்கள் கோபித்துக் கொள்ளக் கூடாது, உங்கள் மகன் இறந்து போய் விட்டான்... என் மனைவி இறக்கும் தருவாயில் போராடிக்கொண்டிருக்கிறாள். உங்கள் மகனை இனி நீங்கள் காப்பாற்ற முடியாது, ஒருவேளை நீங்கள் வந்தால் என் மனைவியைக் காப்பாற்றலாம். போனஉயிர் போய் விட்டது, இருக்கிற உயிரைக் காப்பாற்றி விடலாம் என்று எனக்குத் தோன்றுகிறது. உங்கள் துக்கத்தைக் , கவனத்தில் வைத்துக்கொள்ளாமல் இப்படிச் சொல்கிறேனே என்று எண்ண வேண்டாம். எனக்கு வேறு வழி தெரியவில்லை. இந்த ஊரில் வேறு மருத்துவர் இல்லை. எனவே மறுபடியும் நான் உங்களை அழைக்கலாமா என்கிறபோது, அந்த மருத்துவருக்கு என்ன விடை சொல்வதென்று புரியவில்லை.

முடியாது, என் மகனை இழந்த துக்கம் என்னால் தாளமுடியாத ஒரு கொடூரம். இப்போது நான் வந்து எப்படி வைத்தியம் பார்ப்பேன் என்கிறார், ஆனாலும் மறுபடியும் மறுபடியும் அந்த விவசாயி வலியுறுத்துகிறபோது, வேறு வழியில்லாமல் சரி என்று அந்த மருத்துவர் கிளம்புகிறார். வீட்டிலே குழந்தையினுடைய பிணம் கிடக்கிறது, மனைவி அழுது கொண்டு இருக்கிறாள். இருந்தாலும் ஒரு மருத்துவன் போய்த் தான் ஆகவேண்டும். அவன் சொல்கிறமாதிரி இறந்த உயிரை மீட்க முடியாது. இருக்கிற உயிரையாவது காப்பாற்றலாம் என்று கருதி அவர் புறப்படுகிறார். வண்டியிலே ஏறி அவர்கள் இரண்டுபேரும் அவன் வீட்டுக்குப் போகிறார்கள். மருத்துவரை வெளியே உட்கார வைத்து விட்டு அவன் உள்ளே போகிறான்.

போனவன் ஓவென்று அழுது கொண்டு திரும்ப வருகிறான். ஐயா போய்விட்டாளய்யா, போய்விட்டாளய்யா என்று அழுகிறான். ஓ! இங்கேயும் அவள் இறந்து போய் விட்டாள், சரி! பரவாயில்லை இனி என்ன செய்வது? வந்து விட்டேன், ஆனாலும் காப்பாற்ற முடியவில்லை, எப்போது அவள் இறந்து போனாள் என்று அவர் கேட்கிறார். ஐயா இறந்து போகவில்லையய்யா? எவனோடோ ஓடிப்போய் விட்டாள் என்கிறான். போய் விட்டாள் என்று அவன் சொன்னது இறந்து போய்விட்டாள் என்கிற பொருளில் இல்லை. என்னை விட்டுப் போய் விட்டாள் என்னும் பொருளில். மருத்துவருக்குப் புரியவில்லை, நீ என்ன சொல்கிறாய்

என்கிறார். நெஞ்சுவலி என்றுதான் சொன்னாள், நெஞ்சுவலி என்று சொல்லித்தான் உங்களை அழைத்து வரச்சொன்னாள், நான் உங்களை அழைத்துக் கொண்டு வருகிற இந்த நேரத்திலே வேறு யாரோடோ போய் விட்டாள். அதைக் கடிதமாக எழுதி வைத்துவிட்டுப் போயிருக்கிறாள். நான் உள்ளே போய் அந்தக் கடிதத்தைப் பார்த்தேன், என்னால் இந்தத் துன்பத்தை தாங்க முடியவில்லை. எத்தனை காலம் அவளிடத்திலே அன்பாக இருந்தேன், நீங்கள்கூட பார்த்தீர்களே உங்களிடத்திலே எப்படித் துடித்தேன் நான். இந்த நேரத்திலே என்னை விட்டுப் போய்விட்டாளே இது நியாயமா? என்று அவன் அழுகிறான்.

மருத்துவர் சொல்கிறார், சரி உன்னுடைய துன்பம் புரிகிறது, ஆனால் நான் இப்போது இதற்கு ஆறுதல் சொல்லிக் கொண்டிருக்க முடியாது. நான் என் மகனுடைய பிணத்தை அடக்கம் செய்ய வேண்டும், புறப்படுகிறேன் என்று மருத்துவர் புறப்படுகிறார். இவன் என்ன செய்திருக்க வேண்டும், அவரை வண்டியிலே ஏற்றி,

வந்ததற்கு நன்றி சொல்லி அனுப்பியிருக்க வேண்டும். மறுபடியும் மறுபடியும் அவரிடத்திலே புலம்புகிறான், உங்கள் பிள்ளை இறந்ததைக்கூட நான் கவலைப்படாமல் உங்களை இங்கே அழைத்துக் கொண்டு வந்தேனே? உங்களுக்குத் தெரியுமா? கொஞ்சம் இருங்கள், நாங்கள் இரண்டு பேரும் அன்னியோன்யமாக எடுத்துக்கொண்ட ஒரு படத்தைக் காட்டுகிறேன், நாங்கள் எவ்வளவு பிரியமாக இருந்தோம் தெரியுமா? நான் ஒரு குறையும்கூட அவளுக்கு வைக்கவில்லை, என்னை விட்டு இப்படிப் போகலாமா? என்று புலம்புகிறான். திரும்பத் திரும்ப அவன் புலம்புகிறான். அப்போது அந்த மருத்துவருக்குக் கோபம் கொஞ்சம் கொஞ்சமாக ஏறுகிறது,

சரி, இப்போது என்னை வண்டியில் ஏற்றி அனுப்பப் போகிறாயா? இல்லையா? என்று கேட்கிறார், என் மனைவி பிரிந்து போன சோகம் உங்களுக்கு சோகமாகத் தெரியவில்லையா என்று அவன் கேட்கிறான். என் மகன் இறந்து போன சோகம் உனக்குத் தெரியவில்லையா என்கிறார். இரண்டு பேருக்கும் வாக்குவாதம் முற்றுகிறது, கோபப்படுகிறார்கள். தீராத பகைவர்களாக அவர்கள் ஆகி விடுகிறார்கள். உன் முகத்திலே இனி விழிக்கவே மாட்டேன் என்கிறார் மருத்துவர். உங்களையும் ஒரு நாளும் பார்க்கவே மாட்டேன் என்கிறான் அவன்

அந்த மனிதனும், மருத்துவரும் அன்பாக இருந்தவர்கள், நண்பர்களாக இருந்தவர்கள்தான், ஆனால் எந்த நேரத்தில் எதைச் சொல்லவேண்டும் என்று அவனுக்குத் தெரியவில்லை. முதலிலே அவன் பேசியபோது ஒரு புத்திசாலித்தனம் இருந்தது. இறந்த உயிரை மீட்க முடியாது இந்த உயிரையாவது காப்பாற்ற வாருங்கள் என்று சொன்னபோது ஒரு அறிவாளித்தனம் இருந்தது. ஆனால் எதை எப்படி எப்போது எந்த நேரத்தில் பேச வேண்டும் என்று நாம் புரிந்து கொள்ளவில்லை என்று சொன்னால், நெருக்கமாக இருக்கிறவர்களும்கூட காலகாலத்துக்கும் பகையாளியாய் விடுவார்கள் என்பதை உணர்த்துவதே இந்தக் கதை. எனவே வாழ்க்கையில் எப்போது எப்படிப் பேச வேண்டும் என்பதையும், எதைப் பேச வேண்டும் என்பதையும் புரிந்து கொள்கிற மனிதர்களாக நாம் இருக்க வேண்டும் என்பதை இந்த சின்ன சிறுகதை நமக்கு உணர்த்துகிறது.

◻

தில்லையாடி வள்ளியம்மை

ஒரு நாட்டுக்காகப் போராடுகிறபோது, அதில் பெருமையும் மகிழ்ச்சியும்தான் மிச்சப் படுமே தவிர, நாம் இப்படித் துன்பப் பட்டோமே என்கிற எண்ணம் வராது. அப்படி ஒரு எண்ணம் வந்தால் அவர் ஒரு சிறந்த போராளியாக இருக்க மாட்டார்.

1916 ஆம் ஆண்டு காந்தியடிகள் தமிழ்நாட்டுக்கு வந்த போது, தமிழ்நாட்டில் தில்லையாடி என்கிற ஊர் எங்கே இருக்கிறது என்று கேட்டார். அதற்குப் பிறகுதான் தமிழ்நாட்டில் இருக்கிறவர்களே தில்லை யாடி என்கிற ஊரைத் தேடத் தொடங்கினார்கள். எதற்காகக் காந்தியடிகள், தமிழகத்தில் எத்த னையோ பெரிய ஊர்கள் இருக்கும்போது எல்லா வற்றையும் விட்டு விட்டுத் தில்லையாடி என்கிற சிற்றூர் எங்கே இருக்கிறது என்று கேட்கிறார் என்கிற வியப்பிலே அதைத் தேடிக் கண்டுப்பிடித்தார்கள். அது தரங்கம்பாடி என்கிற ஊருக்குப் பக்கத்திலே இருக்கிறது.

தென்னாப்பிரிக்காவிலே அவர் போராட்டம் நடத்தியபோது, அதுவும் பெண்களை வைத்தே மிகப் பெரிய போராட்டத்தை நடத்தியபோது, அந்தப் போராட்டத்திலே கலந்து கொண்டு, சிறை சென்று வெளியிலே வந்ததற்குப் பிறகு வீரமரணமடைந்த ஒரு பெண்ணினுடைய பெயர் தில்லையாடி வள்ளியம்மை.

இன்றைக்குச் சென்னையிலே தில்லையாடி வள்ளியம்மை பெயரிலே கட்டிடங்களையெல்லாம் நாம் பார்க்கிறோம். ஆனால் அந்த தில்லையாடி வள்ளியம்மையினுடைய வீரம் செறிந்த வரலாறு

இன்னமும் நம்முடைய பிள்ளைகளுக்குச் சரியாக சொல்லப்பட வில்லை.

காந்தியடிகள் தென்னாப்பிரிக்காவிலே போராட்டம் நடத்திய போது, முதலில் பெரும்பாலும் பெண்களை உள் இழுக்கவில்லை. ஆண்களைக் கொண்டுதான் போராட்டங்களை நடத்தினார். பெண்கள் அவருக்கு ஆதரவாக இருந்தாலும்கூட, அந்தச் சிறைக் கொடுமைகளை, காவல்துறையினுடைய ஒடுக்குமுறைகளைப் பெண்கள் தாங்குவார்களோ என்கிற ஒரு அச்சம் காரணமாக அவர் போராட்டத்தில் அவர்களை இணைக்காமலேயே இருந்தார். ஆனால் பெண்கள் தொடர்பான ஒரு தீர்ப்பு அந்த நாட்டில் வழங்கப்பட்டபோது, பெண்களை வைத்தே போராட்டம் நடத்த வேண்டும் என்கிற முடிவுக்குக் காந்தியார் வந்தார்.

1913ஆவது ஆண்டு கேப்டவுன் நீதிமன்றம் ஒரு விசித்திரமான தீர்ப்பை வழங்கியது. தென்னாப்பிரிக்காவிலே இருக்கிறவர்கள் யாராக இருந்தாலும், கிறித்துவ மதத்தினுடைய அடிப்படையில் திருமணம் செய்து கொண்டிருந்தால் மட்டும்தான் அந்தத் திருமணங்கள் சட்டப்படி செல்லுபடியாகும் என்பது அந்தத் தீர்ப்பு. இங்கேயும்கூட அப்படி எல்லாம் சட்டம் இருந்தது. 1968-இல்தான் சுயமரியாதைத் திருமணம் செல்லுபடி ஆகும் என்று அறிஞர் அண்ணா அவர்கள் அறிவித்தார்கள். அதற்கு முன்பு சுயமரியாதைத் திருமணங்கள் செல்லுபடி ஆகாது என்றுதான் நீதிமன்றங்கள் கூறின. அப்படித்தான் 1913-இல் கிறித்துவ முறைப்படி நடத்தப்படுகிற திருமணங்கள் மட்டும்தான் செல்லுபடியாகும், மற்றவையெல்லாம் செல்லுபடியாகாது என்பது மட்டுமின்றி, வேறுவகையிலே திருமணம் செய்து கொண்டவர்களுடைய பிள்ளைகளுக்கு வாரிசு உரிமை எதுவும் இல்லை என்றும் அறிவித்தது. இதிலே இரண்டு செய்திகள் இருக்கின்றன. ஒன்று மற்ற மதங்களை ஏற்றுக் கொள்ளாத தன்மை, இன்னொன்று கிறித்துவ முறைப்படி திருமணம் செய்து கொள்ளாத அத்தனை பேருடைய சொத்துக்களும் வாரிசுகள் இல்லாமல் பறிமுதல் ஆகிவிடும் என்பது.

அங்கே இந்தியர்கள் பலர் இருந்தார்கள். அவர்கள் பல்வேறு மதங்களைத் தழுவியவர்கள், அவர்கள் கிறித்துவ முறைப்படி திருமணம் செய்துகொள்ளவில்லை என்று சொன்னால் அவர்கள்

தங்களுடைய சொத்துக்களை இழக்க நேரிடும். இதிலே பெரும்பாலும் பெண்கள் பாதிக்கப்படுகிறார்கள் என்று காந்தியார் கருதினார். வேறு முறைப்படி திருமணம் செய்து கொள்கிற பெண்கள் வைப்பாட்டிகளாகத்தான் கருதப் படுவார்கள். அவர்களுடைய பிள்ளைகளுக்குச் சொத்துரிமை இல்லை என்றும் தீர்ப்பு சொன்னது.

எனவே இது பெண்களை இழிவு படுத்துகிறது என்று சொல்லிக் காந்தியார் ஒரு பெரும் போராட்டத்தை நடத்தினார். அந்தப் போராட்டம் பற்றிக் காந்தியார் எழுதிய செய்திகளில், நிறையத் தமிழ்நாட்டு மக்கள் வீரம் செறிந்தவர்களாக அந்தப் போராட்டக் களங்களிலே கலந்து கொண்டார்கள் என்று குறிப்பிடுகிறார். அந்த ஊர்வலம் புறப்படுகிறபோது, 6 பெண்கள் தங்களின் கைக்குழந்தைகளோடு நிற்கிறார்கள், அதிலே 5 பெண்கள் தமிழ்நாட்டுப் பெண்கள் என்று காந்தியார் தன்னுடைய குறிப்பிலே கூறுகிறார். எனவே கைக்குழந்தையோடுகூட போராட்டக் களத்திற்குப் புறப்பட்ட வீராங்கனைகளாகத் தமிழ்நாட்டினுடைய பெண்கள் இருந்திருக்கிறார்கள். 17 வயதே நிரம்பிய தில்லையாடி வள்ளியம்மையும் அந்த ஊர்வல வரிசையிலே ஒரு பெண்ணாக நின்றிருக்கிறார். முனுசாமி என்பவருடைய மனைவியாகிய நான் இந்த போராட்டத்திலே முழு மனதுடன் கலந்து கொள்கிறேன் என்ற குறிப்பையும் கொடுத்து விட்டு, எந்தவிதமான ஒடுக்குமுறையையும் நான் தாங்கிக் கொள்கிறேன் என்கிற உறுதியையும் கொடுத்து விட்டு, அந்த போராட்டத்துக்குத் தில்லையாடி வள்ளியம்மை புறப்படுகிறார். போராட்டத்திலே ஈடுபட்ட எல்லோருக்கும் ஆண்கள், பெண்கள், கைகளிலே குழந்தை வைத்திருந்தவர்கள் என்ற பேதம் வேறுபாடுகள் எல்லாம் இல்லாமல், எல்லோருக்கும் மூன்று மாதக் கடுங்காவல் சிறைத்தண்டனை விதிக்கப்படுகிறது.

அந்த மூன்று மாதத் தண்டனை என்பது மிகக் கடுமையானதாக இருக்கிறது. வெள்ளைக்காரர்களுடைய காலத்திலே இன்றைக்கு இருப்பதைப்போலச் சிறைகள் இல்லை, மிகக் கடுமையாக அன்றைக்கு இருந்தன. சிறைக் கொடுமைகளையெல்லாம் தாங்கி மூன்று மாதம் சிறையிலே இருந்து விட்டு வெளியே வந்ததற்குப் பிறகு உடல் நோயினால் மிகக் கடுமையாகப் பாதிக்கப்பட்டு

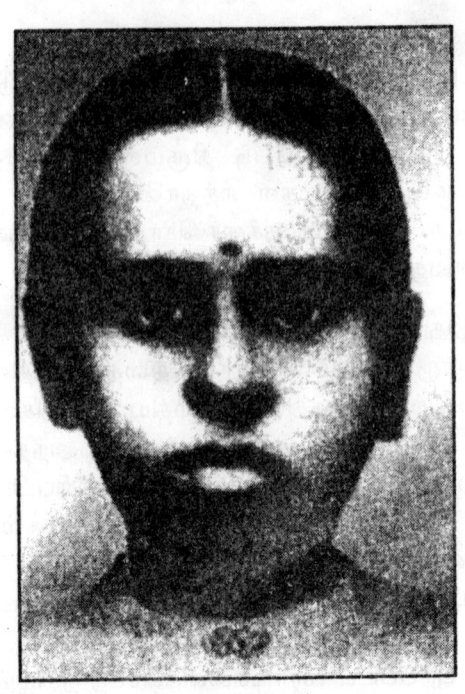

ஏறத்தாழ மரணப்படுக்கையிலே இருக்கிறபோது காந்தியார் அந்தப் பெண்ணைப் போய்ச் சந்திக்கிறார்.

17 வயதுதான். அந்தப் பெண்ணைப் பார்த்துக் கேட்கிறார், ''இப்போராட்டத்திலே கலந்து கொண்டு கடுமையான தாக்குதல்களுக்கெல்லாம் உள்ளாகி விட்டோமே, இந்த காந்தியார் சொன்னதினாலேதானே இந்தப் போராட்டத்துக்கு வந்தோம் என்கிற கவலை, வேதனை உன் நெஞ்சத்திலே இருக்கிறதா'' வள்ளியம்மை சொன்ன பதிலைக் காந்தியார் பதிவு செய்திருக்கிறார். வள்ளியம்மை சொன்னாராம், ஒரு நாட்டுக்காகப் போராடுகிறபோது, அதில் பெருமையும் மகிழ்ச்சியும்தான் மிச்சப் படுமே தவிர, நாம் இப்படித் துன்பப் பட்டோமே என்கிற எண்ணம் வராது. அப்படி ஒரு எண்ணம் வந்தால் அவர் ஒரு சிறந்த போராளியாக இருக்க மாட்டார். எனவே மறுமுறை நீங்கள் போராட்டத்துக்கு அழைத்தாலும், எப்போது அழைத்தாலும் வருவேன். இந்தப் போராட்டம் கண்டு, சிறை கண்டு, அதிலே இருக்கிற ஒடுக்குமுறைகள் கண்டு நான் அஞ்சி விட்டதாகவோ, பின்வாங்கி விட்டதாகவோ நீங்கள் ஒரு நாளும் கருதாதீர்கள் என்று

அந்தப் பெண் சொன்னதாகவும், அப்படிப்பட்ட ஒரு வீரப் பெண்ணைப் பார்த்த மகிழ்ச்சியும், பெருமையும் தனக்கு இருக்கிறது என்றும் காந்தியார் சொல்கிறார்.

வெளி வந்த ஒரு மாதத்தில், 1914-ஆம் ஆண்டு பிப்ரவரி மாத இறுதியிலே வள்ளியம்மை இறந்து போய்விட்டார். அதற்குப் பிறகு இரண்டு ஆண்டுகள் சென்ற பின்னர் தமிழகம் வந்தபோதுதான், காந்தியார் கேட்கிறார், தமிழ்நாட்டிலே நான் பார்க்க விரும்புகிற ஓர் ஊர் இருக்கிறது அது தில்லையாடி, அது எங்கே இருக்கிறது என்று கேட்கிறார். ஒரு போராட்டத்துக்குத் தன்னை அர்ப்பணித்துக் கொண்டு சிறைக்குப் போய், கொடுமை தாங்கி, வெளியே வந்து நோயாளியாகி இறந்து போய்விட்ட தில்லையாடி வள்ளியம்மை என்கிற ஒரு வீரம் செறிந்த தமிழ்ப் பெண்ணுக்கு காந்தியார் செய்த பெரிய அஞ்சலி அது. அவருடைய ஊரையும் பார்த்து, அந்தப் பெண் படுக்கையிலே இருக்கிறபோதும்போய்ப் பார்த்து, தன்னுடைய குறிப்பேடுகளிலேயும் எழுதி வைத்து அந்தப் பெண்ணினுடைய வீரத்தை, தியாகத்தை ஊர் அறிய அவர் செய்தார். காந்தியார் மட்டும் அந்தக் குறிப்பை எழுதாமல் போயிருந்தால் தில்லையாடி வள்ளியம்மை என்கிற ஒரு புறநானூற்று வீரம் கொண்ட ஒரு போர்க்காலப் பெண்ணை, நாம் அறிந்திருக்க முடியாமல் போயிருக்கும்.

இன்றைக்கும் தில்லையாடி வள்ளியம்மை பற்றி முழுமையான செய்திகள் வெளியிடப்பட வில்லை என்றாலும்கூட, அவரைப் பற்றிய ஒரு அறிமுகம் தமிழகமெங்கும் வந்திருக்கிறது. தில்லையாடி வள்ளியம்மையைப் போலப் பொதுவாழ்க்கைக்குத் தன்னை அர்ப்பணித்துக் கொள்கிற போர்க்குணம் மிக்க பெண்கள் எழுகிற போதுதான் ஒரு சமூக மாற்றம் என்பது இங்கே நிகழும்.

கவிக்கோ காட்டும் பித்தன்

பூமிக்குள் இறங்குகிற விதைதான் மரமாய் உயர்கிறது. அதுதான் ஏறுகிறது, பூமிக்கு மேலே இருக்கிற விதை அப்படியே விதையாகத்தான் இருக்கிறது. பின்னர் அழிந்து போகிறது. எந்தவிதை பூமிக்குள் இறங்குகிறதோ அதுதான் மறுபடியும் மேலே ஏறுகிறது

சிந்தனைகளிலே இரண்டு வகை உண்டென்று சொல்வார்கள், ஒன்று மரபுவழிச் சிந்தனை, இன்னொன்று மாற்றுவழிச் சிந்தனை. இந்த மாற்றுவழிச் சிந்தனை என்பதை Laternal thinking என்று ஆங்கிலத்திலே குறிப்பிடுகிறார்கள். இயல்பாக வழக்கமாக நாம் எப்படிச் சொல்லிக் கொள்கிறோமோ அப்படியல்லாமல், புதிய வகையிலும், புதிய கோணத்திலும் சிந்தனை அமையுமானால், அது சில நேரங்களிலே மிகச் சிறப்பாக அமையும். சில நேரங்களிலே அது கேள்விக்குரியதாகவும் ஆகிவிடும். இந்த மாற்றுவழிச் சிந்தனை என்பதிலே கவிதைகளுக்கு ஒரு முக்கியமான இடம் உண்டு. கவிஞர்கள் அப்படிச் சிந்தித்துப் பழகியவர்கள். கவிக்கோ அப்துல் ரகுமானுடைய பித்தன் என்கிற ஒரு நூலில் இப்படி ஒரு மாற்றுவழிச் சிந்தனைகளை நூல் முழுவதும் நம்மாலே பார்க்க முடிகிறது. அந்த நூலினுடைய கதாநாயகனே ஒரு பித்தன்தான். பித்தன் என்றால் இயல்பாகப் பைத்தியக்காரன் என்று நாம் சொல்கிறோம். ஆனால் அவன் பார்வையில், நாம் எல்லோரும் பைத்தியக்காரர் களாகத் தெரிகிறோம்.

சித்தர்களைக்கூட பித்தர்கள் என்றுதான் மக்கள் ஒரு கட்டத்திலே கருதினார்கள். அவர்களினுடைய

பெயர்கள், அவர்களினுடைய கூற்றுகள் எல்லாம் நமக்குச் சில நேரங்களில் வினோதமாக இருக்கின்றன. ஆனால் நாமோ அவர்களுக்கு வினோதமாக இருக்கிறோம். இந்தப் பித்தன் நூலிலே இருக்கிற அனைத்துக் கவிதைகளும் ஒரு பித்தனுக்கும் இன்னொருவனுக்கும் இடையிலே நடக்கிற உரையாடல்தான்.

ஒரு பித்தன் தன் சட்டையையெல்லாம் கிழித்துக் கொண்டிருக்கிறான். ஏன் சட்டையைக் கிழித்துக் கொண்டிருக்கிறாய் என்று கேட்டால் அவன் சொல்வான், கடிதத்தைப் படிக்க வேண்டும் என்றால் உறையைக் கிழித்துத்தானே ஆக வேண்டும் என்று. இது சட்டையல்ல, நான் என் உறையைக் கிழித்துக் கொண்டிருக்கிறேன், நான் என்னைப் படிப்பதற்காக, என்னுடைய காயம் ஆறிப்போய் விட்டது. எனக்கு இனி காரச்சீலை தேவையில்லை என்கிறான். நமக்குக் காரச்சீலை என்றால் என்ன என்று தெரியும். காயம் பட்டிருக்கிறபோது மருத்துவமனையிலே வலைவலையாக இருக்கிற ஒரு துணியைச் சுற்றுவார்களே அதுதான் காரச்சீலை. எனக்குக் காயம் ஆறி விட்டது அதனால் காரச்சீலை தேவையில்லை என்று அவன் சொல்வான்.

இன்னொரு கேள்வியைக் கேட்பான் அந்தப் பித்தன். பறவைகள், விலங்குகள், பூக்கள் இவைகளெல்லாம் ஆடை உடுத்திக் கொண்டா இருக்கின்றன. மனிதர்கள் நீங்கள் ஆபாசமானவர்கள் எனவே உடுத்திக் கொள்கிறீர்கள் என்று சொல்வான். அந்தப் பித்தன் நிர்வாணத்தை பரிந்துரைக்கிறானா என்று நமக்குத் தெரியாது. ஆனால் தேங்கி நிற்கிற நீர்தான் பாசியை உடுத்திக் கொள்கிறது. அணைந்து போன நெருப்புதான் சாம்பலை உடுத்திக் கொள்கிறது என்பன அவனுடைய பார்வைகள்.

ஒவ்வொரு கேள்வியும், ஒவ்வொரு கூற்றும் நம்மைச் சிந்திக்க வைப்பதாக இருக்கிறது. உண்மைதானே, எரிகிற நெருப்பு எப்போதாவது தன்மேல் சாம்பலை வைத்துக் கொண்டிருக்கிறதா? அணைந்து போன நெருப்புதான் சாம்பலை உடுத்திக் கொள்கிறது. தேங்கி நிற்கிற நீர்தான் பாசியை உடுத்திக் கொள்கிறது என்று எல்லாவற்றையும் சொல்லிவிட்டு, ஆடை என்கிற தலைப்பிலே இருக்கிற இந்தக் கவிதையிலே கடைசியாய்ப் பித்தன் சொல்வான்- வேண்டுமானால் நீங்களும் உடுத்திக் கொள்ளுங்கள். எப்படித்

தெரியுமா? ஒரு பொருள் சொல்லை உடுத்திக் கொள்கிறதே அப்படி, அர்த்தம் வார்த்தைகளை உடுத்திக் கொள்கிறதே அதைப் போல உங்களால் உடுத்திக் கொள்ள முடியவில்லையே! முடிந்தால் நீங்களும் உடுத்திக் கொள்ளுங்கள் என்று சொல்வான். ஆடை எப்படி இருக்க வேண்டுமென்றால், எப்படி ஒரு பொருள் தன் சொல்லையே ஆடையாக வைத்துக் கொள்கிறதோ அப்படி இருக்க வேண்டும் என்று சொல்கிறது இந்தக் கவிதை.

அதைப்போலவே அவதாரம் என்று இன்னொரு கவிதை இருக்கிறது. அவதாரம் என்றாலே கீழ் இறங்கி வருதல் என்றுதான் பொருள். இலக்கியங்களிலே எல்லாம் கடவுள் அவதாரம் எடுக்கிறார் என்றால், கடவுள் கீழே இறங்கி வருகிறார் என்று பொருள். இந்தக் கவிதையிலும் எல்லோரும் மலைமீது ஏறிக் கொண்டிருக்கிறபோது பித்தன் இறங்கிக் கொண்டிருப்பான். நீ ஏன் இறங்குகிறாய் என்று கேட்டால், ஏறுவதற்காக என்று விடை சொல்வான். ஏறுவதற்காகவா! ஏறுவதற்காக யாராவது இறங்குவார்களா? என்று கேட்டால், பித்தன் அதற்கு அழகாய் விடை சொல்கிறான், ஆமாம்! பூமிக்குள் இறங்குகிற விதைதான் மரமாய் உயர்கிறது. அதுதான் ஏறுகிறது, பூமிக்கு மேலே இருக்கிற விதை அப்படியே விதையாகத்தான் இருக்கிறது. பின்னர் அழிந்து போகிறது. எந்தவிதை பூமிக்குள் இறங்குகிறதோ அதுதான் மறுபடியும் மேலே ஏறுகிறது என்று சொல்கிறபோது, அந்தச் சொல்லிலே இருக்கிற கவித்துவம் நமக்குப் புரிகிறது.

இன்னமும் அடுக்கிக் கொண்டே போவான். இறங்குதல் ஒன்றும் குறைவானதில்லை. தராசிலே எந்தத் தட்டு கனமாக இருக்கிறதோ அது இறங்குகிறது என்பான். எனவே மேலே ஏறி இருப்பதற்காக அந்தத் தட்டு உயர்தலாகாது. எது கனமானதாக இருக்கிறதோ... எது பொருளுடையதாக இருக்கிறதோ அந்தத் தட்டுத்தானே கீழே இறங்குகிறது என்று சொல்லிவிட்டு, இசை உலகத்திலே இருந்து ஒன்றைச் சொல்வான். வெறும் ஆரோகணம் போதுமா? அவரோகணம் வேண்டாமா? அவரோகணத்திலேதானே இசையெல்லாம் தன்னுடைய கூட்டை வந்து அடைகின்றது என்று சொல்வான். எங்கேயும் இறங்குவது என்பது இழிவன்று. இறங்கி வருகிற அருவிதான் பாடுகிறது, இறங்கி வருகிற மேகம்தான் மழையாகப் பொழிகிறது என்று அவன் வரிசையாய்ப் பட்டியல்

போடுவான். ஆம் அருவி இறங்குவதுதான் அழகு, மேகம் இறங்குவதுதான் நமக்குப் பயன். எனவே இறங்குதல் ஒன்றும் இழிவானதில்லை.

எந்தப் பழம் கனிந்திருக்கிறதோ அதுதான் பூமியை நோக்கி விழுகிறது. கனியாத பழம் இறங்குவதில்லை. எந்தப் பழம் கனிந்திருக்கிறதோ அந்தப்பழம்தான் இறங்குகிறது. இறங்குதல் என்பதெல்லாம் குறைவானது, ஏறுதல் என்பதெல்லாம் மேலானது என்று நீங்கள் கருதிக்கொண்டிருக்கிறீர்கள். மனிதர்களே அப்படியல்ல... மேலே என்பதெல்லாம், மேலே இருக்கிறது என்பதுதான் உங்களிடம் இருக்கிற பெரிய மூடநம்பிக்கை என்று அவன் சொல்கிறான். மேலான, உயர்ந்த என்று பொருள் தருகிற சொல், உயரமான இடத்திலேதான் இருக்க வேண்டும் என்கிற அவசியம் இல்லை. கீழேயும்கூட மேலான பொருட்கள் இருக்கலாம். கீழேயும்கூட மேலான மனிதர்கள் இருக்கலாம். எனவே ஒருவன் அல்லது ஒன்று இருக்கிற இடத்தை வைத்து அல்ல, அவை சொல்கிற பொருளை வைத்து, அவன் செய்கிற செயலை வைத்து மதிப்பிடப்பட வேண்டும் என்பதை இந்தக் கவிதையிலே அப்துல் ரகுமான் சொல்வார்.

இந்தப் பித்தன் என்கிற அந்த நூல் முழுவதும் ஒருவிதமான மாற்றுச் சிந்தனை, ஒருவிதமான புதிய கோணம். மிக அரிய வரிகளையெல்லாம் அந்தப் புத்தகத்திலே எழுதியிருக்கிறார். அந்த நூல் படிக்கப் படிக்கச் சலிக்காமல் இருக்கிறது. எல்லா இடத்திலும் எல்லா வரிகளும் முரண் என்கிற ஒரு அணியைத் தனக்குள்ளே கொண்டிருப்பதால், அத்தனை வரிகளுக்குள்ளேயும் ஒரு கவிதை நயம் இருக்கிறது. ஓ! இதுதான் அந்த மாற்றுவழிச் சிந்தனையோ என்று அந்த நூலைப் படிக்கிறபோது நமக்குத் தோன்றுகிறது.

இந்திய அரசமைப்புச் சட்டம்

காங்கிரஸ் கட்சி இந்தியாவுக்கு விடுதலை கேட்கவில்லை. வெறும் சுயாட்சிதான் கேட்டது. அதாவது பிரிட்டிஷ் ஆட்சிக்கு உட்பட்ட சுயாட்சி.

பள்ளிப்பருவத்தில் எனக்கு ஒரு குழப்பம் இருந்தது. ஆகஸ்டு 15-ஆம் தேதி கொடியேற்றி மிட்டாய் கொடுத்தார்கள் அது சுதந்திர நாள் என்று சொன்னார்கள். மறுபடியும் ஜனவரி 26-இல் கொடியேற்றி மிட்டாய் கொடுத்தார்கள் அது குடியரசு நாள் என்று சொன்னார்கள். குடியரசு நாள் என்றால் என்ன என்று அந்த வயதில் உள்வாங்கிக் கொள்ள முடியவில்லை. ஆனாலும் அதுபற்றி நான் கூடுதலாகக் கேள்வி கேட்கவில்லை. அதிகமாகக் கேள்வி கேட்டு வருகிற மிட்டாயையும் இழந்து விடக்கூடாது என்கிற ஒரு பாதுகாப்போடு இருந்தேன். பிறகு காலப்போக்கில் அந்தக் குடியரசு நாள் என்றால் என்ன என்று புரிந்து கொள்ள முடிந்தது.

1947 ஆகஸ்டு 15-இல் இந்த நாட்டுக்கு விடுதலை வந்து விட்டது வெள்ளையர்கள் வெளியேறி விட்டார்கள். ஆனால் இந்த நாட்டுக்கான அரச மைப்புச் சட்டம் என்பது இரண்டரை ஆண்டு களுக்குப் பிறகுதான் நடைமுறைக்கு வருகிறது. அது 1950 ஜனவரி 26. இப்போது எனக்கு இன்னொரு கேள்வி வருகிறது, 47-இல் விடுதலை வந்தது. 50இல்தான் சட்டம் வந்திருக்கிறது. இடைப்பட்ட இரண்டரை ஆண்டு காலம், இந்த நாடு தனக்கென்று சட்டம் இல்லாமலா இருந்தது? ஒரு தேசம் தனக்கென்று சட்ட விதிகள் இல்லாமல்

எப்படி இயங்க முடியும்? அப்படியானால் 47-க்கும் 50-க்கும் இடைப்பட்ட காலத்தில் நாம் வைத்திருந்த சட்டம் எது? சட்டம் கண்டிப்பாக இருக்க வேண்டும், இல்லாமல் இருக்க முடியாது. எந்தச் சட்டத்தின் வாயிலாக ஒருவனைத் தண்டிப்பது அல்லது விடுவிப்பது என்பதை முடிவு செய்வதற்கு ஒரு சட்டப் புத்தகம் வேண்டும்.

1935-ஆவது ஆண்டுச் சட்டம்தான், அதாவது வெள்ளைக்காரர்கள் இயற்றிய சட்டம்தான், விடுதலை பெற்ற பிறகும் இரண்டரை ஆண்டுகாலம் இருந்திருக்கிறது. புதிய சட்டம் இயற்றிக் கொள்கிற வரையில் நமக்கு அந்தப் பழைய சட்டமே தொடர்ந்திருக்கிறது. புதிய சட்டம் எப்போது இயற்றப்பட்டது, அதற்கான குழு எப்போது அமைக்கப்பட்டது என்றால் விடுதலை பெறுவதற்கு முன்பாகவே 1946, டிசம்பர் மாதம் 9-ஆம் தேதி ஒரு குழு அமைக்கப்படுகிறது. அதன் மூலம் இந்தியாவினுடைய விடுதலை நெருங்கி விட்டது என்று 1946 டிசம்பரிலேயே உறுதியாகிறது.

அம்பேத்கர் தலைமையிலே நியமிக்கப்பட்டிருந்த அந்தக் குழு இந்தியாவுக்கான சட்டத்தை இயற்றுகிறபோது, மிகப்பெரிய சட்டப் புத்தகத்தை எழுதுகிறது. 1949 தொடக்கத்திலேயே அந்தக்குழு ஒரு நகல் சட்டத்தை முன் மொழிகிறது. அந்த நகல் சட்டம் உறுப்பினர்களுக்கு இடையே விவாதத்திற்கு விடப்பட்டு, ஏறத்தாழ 10, 11 மாதங்கள் மிகப்பெரிய விவாதங்கள் நடக்கின்றன. 7500க்கு மேற்பட்ட திருத்தங்கள் முன் மொழியப்படுகின்றன. அவற்றுள் 2400 திருத்தங்கள் ஏற்றுக் கொள்ளப்படுகின்றன. மூன்றில் ஒரு பங்கு திருத்தங்கள் ஏற்றுக் கொள்ளப்படுகின்றன. முற்றும் முடிந்து 1949-ஆம் ஆண்டு நவம்பர் மாதம் 26-ஆம் தேதியே அந்தச் சட்டம் எல்லோராலும் ஏற்றுக் கொள்ளப்பட்டு, முடிவாகி விடுகிறது. ஆனாலும் அது நவம்பர் 26-இல் இருந்து அல்ல. ஜனவரி 26-இல் இருந்துதான் நடைமுறைக்கு வந்ததாக அறிவிக்கப்பட்டது. அதற்கு ஒரு வரலாற்றுக் காரணம் நமக்குக் கிடைக்கிறது. விடுதலை பெறுவதற்கு முன்பு வெள்ளைக்காரர்களோடு போராடிக் கொண்டிருந்த நேரத்திலேயே 1929-ஆவது ஆண்டு விடுதலைப் போராட்ட வீரர்கள் ஒரு முடிவுக்கு வருகிறார்கள். சரியாய்ச் சொன்னால், 1929-களிலேகூடக் காங்கிரஸ் கட்சி இந்தியாவுக்கு விடுதலை கேட்கவில்லை. வெறும் சுயாட்சிதான் கேட்டது.

அதாவது பிரிட்டிஷ் ஆட்சிக்கு உட்பட்ட சுயாட்சி. இன்னமும் காங்கிரஸ் கட்சியினுடைய வரலாற்றைப் புரட்டிப்பார்த்தால், அது தொடங்கப்பட்ட 1985-இல் விக்டோரியா மகாராணி நீண்ட நாள் வாழ வேண்டும் என்றும், இந்தியாவை நீண்ட நாள் ஆள வேண்டும் என்றும்தான் தீர்மானம் நிறைவேற்றியது.

பிறகு ஒரு எழுச்சி வருகிறது. ஆனால் அப்போதும்கூட சுயாட்சிதான் கேட்கப்பட்டது. இந்தியாவுக்கான முழு விடுதலை என்கிற கோரிக்கை 1929 கடைசியிலேதான் வருகிறது. அப்போது நேரு போன்றவர்கள் எல்லாம் சேர்ந்து பஞ்சாபிலே இருக்கிற ரவி நதிக்கரையில் ஒரு நாளை இந்தியாவினுடைய விடுதலை பெற்ற நாள் என்று தாங்களாகவே அறிவிக்கிறார்கள். அப்படி அறிவிப்பது உண்டு. உலக நாடுகளில் பல இடங்களில் அது நடந்தேறி இருக்கிறது. அப்படி அறிவிக்கப்பட்ட நாள்தான் ஜனவரி 26.

1929 ஜனவரி 26-ஆம் தேதி இந்தியா விடுதலை பெற்று விட்டதாக நாங்கள் அறிவிக்கிறோம், எங்களுக்கு நாங்களே சட்டம் இயற்றிக் கொள்வோம் என அன்று சொன்னார்களே, அதை நினைவு கூர்ந்து, அதற்கு ஒரு மதிப்பளித்து, அதே ஜனவரி 26 என்பதை அரசமைப்புச் சட்டம் நடைமுறைக்கு வரும் நாள் என்று முடிவெடுத்தார்கள். ஏறத்தாழ 325 பிரிவுகளைக் கொண்ட, உலகத்திலேயே மிகப் பெரிய சட்டப் புத்தகங்களில் ஒன்றான இந்திய அரசமைப்புச் சட்டத்திலே மிக முக்கியமான மாற்றம் 1976-ஆவது ஆண்டுதான் கொண்டுவரப்பட்டது. இது குடியரசு என்றும், சுதந்திரமானது என்றும் சமஉரிமை உடையது என்று எல்லாம் சொல்லப்பட்டாலும்கூட, சோசலிச நாடு... சோசலிசக் கொள்கை உடையது, மதச்சார்பற்ற கொள்கையுடையது என்று அறிவிக்கப்பட்டது 42-ஆவது திருத்தத்திலேதான்.

அப்போதுதான் அந்த அரசமைப்புச் சட்டம் இன்னொரு பரிணாமத்தைப் பெறுகிறது. நாம் அடிமைகளாக இருந்த காலத்திலேயே அரசமைப்புச் சட்ட முயற்சிகள் தோன்றி, விடுதலை பெற்று இரண்டரை ஆண்டுகளுக்குப் பிறகு நடைமுறைக்கு வந்துள்ளது. இன்று வரைக்கும் பல்வேறு திருத்தங்களைத் தனக்குள் உள்வாங்கிக் கொண்டே நீளும் பெரிய நிகழ்வு என்றுதான் நம் அரசமைப்புச் சட்டத்தைக் கூறவேண்டும். ❏

இடைக்காலப் பெண்கள்

பெண்கள் தங்களுக்கான சொத்துக்களைக் கொடுத்திருக்கிறார்கள் என்ற குறிப்பு இருக் கிறது. தங்களுக்கான சொத்து என்கிற போதே சொத்துரிமை இருக்கிறது. சொத்துக்களை மாற்றியிருக்கிறார்கள். சொத்துக்களை வாங்கி யிருக்கிறார்கள். எனவே அவர்கள் சொத்துரிமை உடையவர்களாக இருந்திருக்கிறார்கள்.

காலம்தோறும் பெண்கள் எப்படி இருந்திருக்கிறார் கள், சமூகம் அவர்களை எப்படி மதித்திருக்கிறது என்பது பற்றிய ஆய்வுகள் இன்றைக்கும் பல்வேறு அறிஞர்களால் நிகழ்த்தப்பட்டுக் கொண்டிருக் கின்றன. லெஸ்லி சி ஓர் என்கிற ஒரு அயல் நாட்டினர் கி.பி.700 முதல் 1700 வரை 10 நூற்றாண்டுகளில் பெண்களினுடைய நிலை என்னவாக இருக்கிறது என்கிற ஒரு ஆய்வினை மேற்கொண்டிருக்கிறார். அவர் ஆய்வுக்கு அடிப்படையாக அமைந்திருப்பது கல்வெட்டுகள். தமிழ்நாட்டிலேயும் பல்வேறு பகுதிகளிலும் கிடைத்த 1500 கல்வெட்டுக் குறிப்புகளை அவர் தன் ஆய்வுக்கு எடுத்துக் கொண்டிருக்கிறார்.

செங்கல்பட்டு மாவட்டத்திலே, காஞ்சிபுரம், தஞ்சாவூர் மாவட்டத்தில் கும்பகோணம், நெல்லை மாவட்டத்தில் அம்பாசமுத்திரம், தூத்துக்குடி மாவட்டத்தில் கோவில்பட்டி, புதுக்கோட்டைக்கு அருகிலே குளத்தூர் என்று இப்படி ஒரு 8 வட்டங்களைத் தேர்ந்தெடுத்து அதிலே இருந்து 1500 கல்வெட்டு களைக் கொண்டு வந்து அவர் ஆராய்கிறார். 1500 கல்வெட்டுகளில் பெண்களினுடைய பெயர்கள் முதலில் குறிக்கப்பட்டிருக்கின்றனவா? பெண் களைப் பற்றிய செய்திகள் வருகிறபோது, பெண்கள்

பெயர்களோடு குறிக்கப்பட்டிருக்கிறார்களா? எந்த உறவோடு இணைத்துச் சொல்லப்பட்டிருக்கிறார்கள் என்றெல்லாம் அவர் ஆய்வு தொடர்கிறது. இன்றைக்கும் முற்போக்கான சிந்தனை கொண்ட பெண்கள்கூடத் தங்களின் பெயர்களோடு தங்களின் கணவர்களின் பெயர்களையோ, தந்தையாரின் பெயர்களையோ சேர்த்துக் கொள்கிறார்கள். அப்படிக் கணவனின் மூலம் அந்தப் பெண்ணின் பெயர் அறிமுகப்படுத்தப்பட்டிருக்கிறதா, அல்லது தனித்துவம் இருக்கிறதா என்ற ஆய்வுகளையெல்லாம் அவர் மேற்கொண்டிருக்கிறார். அந்த ஆய்வு, நூலாகவும் வெளி வந்திருக்கிறது. விடியல் பதிப்பகம் தமிழகக் கல்வெட்டுகளில் பெண்கள் என்கிற பெயரில் புத்தகமாக வெளியிட்டிருக்கிறது. 1500 கல்வெட்டுகளிலே 576 பெண்களின் பெயர்கள் குறிக்கப்பட்டி ருக்கின்றன என்பது ஒரு செய்தி, 576 பெண்களைப் பற்றிய பெயர்கள் இருக்கின்றன, குறிப்புகள் இருக்கின்றன.

அந்தப் பெண்களில் ஏறத்தாழ கால் பகுதியினர் அரச குடும்பத்தைச் சார்ந்தவர்கள். அந்தப் பெண்களின் பெயர்கள் இருக்கின்றன. பிறகு சிற்றரசர் குடும்பத்தைச் சார்ந்தவர்கள், அதற்குப் பிறகு பார்ப்பனக் குடும்பத்தைச் சார்ந்தவர்கள், பிறகு கோயிலிலே இருக்கிற பெண்கள், அதையும் தாண்டிச் சமண மதத்தைப் பரப்பிய போதனிகள், இறுதியில் அடிமைப் பெண்கள் என்று ஒரு ஏழு, எட்டு வகையாக அவர் பிரித்துக் கொள்கிறார். சில நுட்பமான வேறுபாடுகளையும் தருகிறார்.

அரசிகள் என்று குறித்தால் அது வேறு, தேவியார் என்று குறித்தால் அது வேறு. அரசி என்றால் பட்டத்து ராணி, ஒரு பேரரசனுடைய மனைவி. அப்படிப்பட்ட பெண்கள் நம்பிராட்டியார் என்றும் மகாதேவியார் என்றும் குறிக்கப்பட்டிருக்கிறார்கள். தேவியர் என்று குறிப்பிட்டிருந்தால் அது ஒரு சிற்றரசனுடைய மனைவி என்று பொருள்.

இந்த அரச குடும்பத்தைச் சார்ந்த பெண்கள் தவிர, வேறு பெண்களுக்குப் பட்டப்பெயர் இருந்திருக்கிறதா என்று கேட்டால், பார்ப்பனக் குடும்பத்தைச் சார்ந்த பெண்களுக்குப் பிராமணி என்றும், சுவாமினி என்றும் இரண்டு பட்டப்பெயர்கள் இருந்திருப்பதாக் குறிக்கிறார். ஆண்களைப் பார்த்துச் சுவாமி என்று

சொல்வதைப் போல, பெண்களைப் பார்த்துச் சுவாமினி என்று சொல்லியிருக்கிறார்கள். பிராமணி என்கிற சொல்லும் பெயருக்கு அடுத்ததாக வருகிறது, எனவே சாதியினுடைய பெயராக ஒரு பட்டப்பெயர், அந்தச் சாதிப் பெண்களுக்கு மட்டும் இருந்திருக்கிறது. வேறு சமண போதனிகளுக்கோ, அல்லது கோயில் பெண்களுக்கோ, அடிமைகளுக்கோ அப்படி எந்தப் பட்டமும் இல்லை. அவர்களுக்குப் பெயர் இருந்ததே பெரிது. பட்டம் இருக்கும் என்று எதிர்பார்க்க முடியாது.

கோயில் பெண்டுகள் என்பவர்கள்தான் தேவர் அடியார்கள் என்றும் குறிக்கப்பட்டிருக்கிறார்கள். நாட்டியப் பெண்கள் என்றும் குறிக்கப்பட்டிருக்கிறார்கள். அவர்கள் கோயிலுக்கு நேர்ந்து விடப்பட்டவர்கள். மற்ற அரசியாரைப் பற்றியும், தேவியாரைப் பற்றியும் சொல்கிறபோது, இன்னாரின் மகள், இன்னாரின் மனைவி, இன்னாருக்குத் தாய் என்றெல்லாம் சொல்கிற கல்வெட்டுகள், கோயில் பெண்டுகளைப் பொறுத்தளவு ஒரே ஒரு அடையாளத்தை மட்டும்தான் காட்டுகின்றன. இந்தத் தாயினுடைய மகள் என்பதுதான் அது. தந்தை வழிச் சமூகமாக இல்லை. தாய் வழியினுடைய சமூகமாகத் தாயின் பெயர் மட்டும் அங்கு சூட்டப்படுகிறது.

அடிமைகள் என்று சொல்லப்படுகிற பெண்கள் பற்றிய செய்திகள் கல்வெட்டுகளிலே எங்கே வருகிறது என்று சொன்னால், ஒரு சிற்றரசன் தன்னுடைய காதல் நாயகிக்கு பரிசாணை கொடுக்கிற போது வருகிறது. பரிசு கொடுக்கிற பட்டியலில் என்ன என்று எழுதப்பட்டிருக்கிறது. இந்த நிலத்தைப் பரிசாகக் கொடுத்தான், இந்தப் பறவைகளைப் பரிசாகக் கொடுத்தான். இந்த அடிமைப் பெண்களை, பெயர் சுட்டி இத்தனை அடிமைப் பெண்களையும் பரிசாகக் கொடுத்தான் என்று வருகிறது. சூத்திரர்கள் என்ற குலத்திலே பிறந்த அந்தப் பெண்கள் ஏறத்தாழப் பொருளாகத்தான் மதிக்கப் பட்டிருக்கிறார்கள். பெண்ணாக, உயிராக, ஜீவனாக அல்ல. பொருளாகத்தான் மதிக்கப்பட்டிருக்கிறார்கள். இந்தப் பொருளைக் கொடுக்கிறபோது, அந்தப் பெண்ணையும் கொடுப்பதாகத்தான் இருந்திருக்கிறது. எனவே நம்பிராட்டியாரும், மகாதேவியாரும் தான் குறைந்த பட்சம் பெண்களாக, மனிதர்களாக மதிக்கப் பட்டிருக்கிறார்கள். அதற்குப் பிறகு வருகிற கோயில் பெண்டுகள்,

அடிமைகள் அப்படி மதிக்கப்படவில்லை. சமணப் போதகிகள் என்பவர்கள் தனியாகப் பார்க்கப்பட்டிருக்கிறார்கள், அவர்கள் இரண்டு இடத்திலேயும் இல்லை. அவர்கள் சமயக் கருத்துக்களைப் பரப்புகிறவர்களாக இருந்திருக்கிறார்கள். அவர்களுக்குக்கூட ஒரு மிகப்பெரிய அடையாளப்பட்டங்கள் எதுவும் இல்லை. எனினும் மேல்குலத்துப் பெண்கள் என்று சொல்லப்படுகிற அந்தப் பெண்களுக்குச் சொத்து உரிமை இருந்திருக்கிறது என்பதை இந்தக் கல்வெட்டு ஆய்விலிருந்து லெஸ்லி கண்டுபிடித்து நமக்குச் சொல்கிறார்.

பெண்கள் தங்களுக்கான சொத்துக்களைக் கொடுத்திருக்கிறார்கள் என்ற குறிப்பு இருக்கிறது. தங்களுக்கான சொத்து என்கிற போதே சொத்துரிமை இருக்கிறது. சொத்துக்களை மாற்றியிருக்கிறார்கள். சொத்துக்களை வாங்கியிருக்கிறார்கள். எனவே அவர்கள் சொத்துரிமை உடையவர்களாக இருந்திருக்கிறார்கள். இந்த ஆய்வினுடைய மிகச் சிறிய சுருக்கத்தைத்தான் இப்போது நாம் பகிர்ந்து கொண்டிருக்கிறோம். அந்தப் புத்தகம் இன்னும் பல செய்திகளை நமக்குத் தருகிறது. எனவே ஒரு மத்திய காலகட்டத்தில் பெண்களின் நிலை என்னவாக இருந்தது என்பதை அறிந்து கொள்வதற்கு இந்த ஆய்வு நமக்குக் கண்டிப்பாக உதவுகிறது. ❏

பயண இலக்கியம்

பயண இலக்கியம் என்பது, பயணம் போக முடியாதவர்களுக்கும்கூட ஒரு மாற்றாக, அந்த அனுபவங்களை வீட்டுக்குள்ளேயே கொண்டு வந்து தருகிற ஒரு இலக்கியமாக இருக்கிறது. பயணம் போகிறவர்கள் பயண இலக்கியம் எழுதவும், மற்றவர்களின் பயண இலக்கியத்தைப் படிக்கவும் பழகிக் கொள்ள வேண்டும்.

உலகத்தைச் சுற்றிப் பார்க்கிறபோது, நமக்குப் பல்வேறுவிதமான அனுபவங்கள் கிடைக்கின்றன. எத்தனை விதமான மனிதர்கள், எத்தனை விதமான இடங்கள், எத்தனை வகையான உணவு வகைகள் எல்லாம் நமக்குப் புதிய புதிய அனுபவங்களாக இருக்கின்றன. ஆனால் எல்லோராலும் உலக நாடுகளைச் சுற்றிப் பார்க்க முடிவதில்லை. அவரவருடைய பொருளாதார நிலை, உடல் நிலை, குடும்பச் சூழல் இவையெல்லாவற்றையும் கருத்தில் கொண்டு, நம்முடைய விருப்பத்தை நம்மால் பல நேரங்களிலே நிறைவேற்றிக் கொள்ள முடிவதில்லை. அதற்கு மாற்றாக எழுந்த ஒன்றுதான், பயணஇலக்கியம் என்பது. நம்மால் பயணம் போக முடியவில்லை என்றாலும், பயணம் போனவர்களுடைய அனுபவத்தை நாம் பெற்றுக் கொள்ள லாம் என்பதற்கு அந்தப் பயண இலக்கிய நூல்கள் நமக்குப் பயன்படுகின்றன.

பயண இலக்கியம் தமிழுக்கு ஒன்றும் புதிதில்லை. சங்க காலத்திலே இருக்கிற ஆற்றுப்படையே பயண இலக்கியம்தான். நான் அந்த மலைக்குப்போனேன்,

அந்த மன்னனைப் பார்த்தேன், அந்த நாடு இப்படியிருக்கிறது, அந்த மன்னன் இவ்வளவு நல்லவனாக இருக்கிறான் நீயும் போ என்று ஆற்றுப்படுத்துகிறது என்பதே ஒரு பயண இலக்கியம்தான். ஏராளமான நூல்கள் வெளிநாடுகளிலே இருக்கின்றன. இன்றைக்குத் தமிழிலும்கூட அப்படிப் பல நூல்கள் வந்து கொண்டிருக்கின்றன.

மும்பையிலே இருக்கிற குமணராசன் எழுதியிருக்கிற பார்வையின் நிழல்கள் என்கிற புத்தகம் மேலை நாடுகள் தொடங்கிக் கீழை நாடுகள் வரைக்கும் அவர் பயணப்பட்ட பல நாடுகள் குறித்தும், அப்போது அவருக்கு ஏற்பட்ட பல அனுபவங்கள் குறித்தும் விரிவாகவும் சுவையாகவும் விளக்குகிறது. ஒரு நல்ல அனுபவம், நாமே பயணம் செய்த அனுபவம், அந்த நூலைப் படிக்கிறபோது நமக்கு ஏற்படுகிறது.

ஆங்காங்கில் தொடங்கி சாங்ஹாய் வரைக்கும் அவர் பயணப்பட்டதையும், பிறகு 'தாய்' நாட்டில் பாங்காக்கிலே இருந்து பட்டாயா என்கிற ஒரு கடற்கரை நகரத்துக்குப் போனதையும் அவர் விளக்கிச் சொல்லியிருக்கிற விதம், நாம் பல செய்திகளைத் தெரிந்து கொள்வதற்கு வாய்ப்பாக இருக்கிறது. ஹாங்காங் பற்றிப் பலரும் சொல்லியிருக்கிறார்கள் அது அழகான ஒரு நாடு, மலைப்பகுதி. ஒரு பெரிய மலையினுடைய அடிப்பகுதியிலே பெரிய ஏரியும் கடலும். அந்த நீருக்கு மேலேதான் விமானத்தினுடைய ஓடு தளம். எனவே விமானத் தளத்தினுடைய ஓடுதளத்தில் ஓடுகிறபோதே ஒரு பக்கத்திலே மலை தெரியும், இன்னொரு பக்கத்திலே கப்பலும், படகுகளும் போய்க்கொண்டிருக்கும். அப்படி ஒரு இடத்திலே ஹாங்காங்கினுடைய விமான நிலையம் அமைக்கப்பட்டிருக்கிறது.

அங்கே இருந்து அவர் ஷாங்காய்க்குப் பயணப்படுகிறார். பெரும்பாலும் விமானத்திலே போகிறவர்கள், பேருந்திலே போகிறவர்கள் மாதிரியும், தொடர் வண்டியிலே போகிறவர்களைப் போலவும் கலகலவென்று பேசிக் கொள்வதில்லை. பணம் வரவர, அல்லது அறிவு வரவர, அல்லது பதவி வரவர மனிதன் சமூகத்திலே இருந்து தனிமைப்பட்டுப்போய் விடுகிறான். அவன் அதிகம் பேசுவதில்லை. பேசுவது கொஞ்சம் கவுரவக் குறைவு என்று நினைக்கிற மனிதர்களாகக்கூட நாம் ஆகி விடுகிறோம். அவர் பயணப்படுகிற நேரத்திலே யாரும் பேசவில்லை. அவர் சிறப்பு வகுப்பிலே பயணப்படுகிறார். அவர்கள் பேசவே மாட்டார்கள்,

எதிரே இருக்கிற தொலைக்காட்சி பார்த்துக் கொண்டிருக்கிறபோது, இவருக்குப் பக்கத்திலே ஒரு பெரியவர் இருக்கிறார், அவரும் கையிலே ஒரு புத்தகம் வைத்திருக்கிறார், கொஞ்ச நேரம் விமானம் பறந்ததற்குப் பிறகு இரண்டு பேரும் பேசிக் கொள்ளத் தொடங்குகிறார்கள். பக்கத்திலே இருந்த முதியவர் தைவான் நாட்டுக்காரர், அடிப்படையில் ஒரு எழுத்தாளர். அவர் இந்தியாவைப் பற்றிய செய்திகளையெல்லாம் எடுத்து வைக்கிறார். அப்படி இந்தியாவைப் பற்றி பேசிக்கொண்டே வருகிறபோது, அந்தத் தைவான் நாட்டு எழுத்தாளர் சொல்கிறார், நான் இந்தியாவிலே இரண்டு மனிதர்களைத்தான் வெகுவாக மதிக்கிறேன் என்று.

யார் அந்த இரண்டு மனிதர்கள் என்று குமணராசன் கேட்கிறார். யாரும் எதிர்பார்க்காத ஒரு விடையை அந்தப் பெரியவர் சொல்கிறார். ஒருவர் மராட்டியத்திலேயே 19-ஆம் நூற்றாண்டிலே வாழ்ந்த ஜோதிராவ்புலே, இன்னொருவர் 20-ஆம் நூற்றாண்டின் தந்தை பெரியார், இந்த இரண்டு பேரையும்தான் இந்தியாவிலே நான் படித்தவரையிலே பெரிய மாமனிதர்களாகக் கருதுகிறேன் என்று அவர் சொல்லியிருக்கிறார்.

நம் பெரியாரை நம்முடைய தமிழ்நாட்டைத் தாண்டி யாருக்கும் தெரியாது என்று நினைத்துக் கொண்டிருக்கிறோம், ஜோதிராவ்புலேயை இந்தியாவிலே பலருக்குத் தெரியாது, ஆனால் தைவானிலே இருக்கிற ஒரு எழுத்தாளரால் மிகச் சரியாகப் புரிந்து வைத்துக் கொண்டிருக்க முடிகிறதே என்கிற மகிழ்ச்சியை அந்த நூலிலே அவர் குறித்து வைத்திருக்கிறார். பிறகு தாய்லாந்துக்குப் போய் பட்டாயா என்கிற ஒரு கடற்கரை நகரம் சென்றிருக்கிறார். தாய்லாந்துக்குச் சுற்றுலா போகிற பயணிகள் பட்டாயா என்கிற கடற்கரை நகரத்துக்கு போகாமல் திரும்புவது இல்லை. அது ஒரு நீண்ட, அகலமான கடற்கரை அல்ல, அங்கு போவது வேறுவித மான அழகுகளுக்காக என்பது பயணம் போனவர்களுக்குத் தெரியும், அங்கேதான் அந்த உடல் மசாஜ் என்பது அதிகம். அரைகுறை ஆடைகளிலே ஆண்களும், பெண்களுமாக உலவுகிற அந்தக் கடற்கரை மணலிலேயே உடல் பிடித்து விடுகிற ஒரு உல்லாசச் சுற்றுப் பயணத்துக்கு உரிய இடம் அது.

அதில் அவர் சொல்ல வருகிற செய்தி, ஹாங்காங்கிலே இருந்து பட்டாயா நகருக்கு 200 கி.மீ. தொலைவு. பெரும்பாலும் பட்டாயாவுக்குப் போகிறவர்களுக்கு இடையிலே வேலை இல்லை, அங்கே எல்லாம் ஒரு மாடிக்குமேல் இரண்டு மாடி, மூன்று மாடி, நான்குமாடி என்று அந்தச் சாலைகள் வந்து விட்டன. ஒரே ஒரு மேம்பாலம்தான் நாம் பார்க்கிறோம். அங்கு மூன்று மேம்பாலங்கள் எல்லாம் இருக்கின்றன. எனவே அப்படி ஒரு மேம்பாலத்தில் ஏறினால், பேருந்துகள் பட்டாயாவிலேதான் போய் இறங்கும். 200 கி.மீட்டருக்கு இடையிலே உணவகங்கள் உண்டு, கழிப்பறைகள் உண்டு, எரிபொருட்கள் நிரப்பிக் கொள்ள வசதி உண்டே தவிர வேறு ஊர்கள் எதுவும் இல்லை. அதிலே 100 கி.மீட்டருக்கான வேலை முடிந்திருந்த நேரத்திலே குமணராசன் போயிருக்கிறார், இப்போது முற்றும் முடிந்திருக்கலாம். எனவே அவர் புறப்பட்டால் 100 கி.மீட்டருக்கு எந்தவிதமான போக்குவரத்து இடைஞ்சலும் இல்லாமல் போய்க் கொண்டே இருந்த அந்த அனுபவத்தையும் அவர் பதிவு செய்கிறார்.

எனவே பயண இலக்கியம் என்பது, பயணம் போக முடியாதவர்களுக்கும்கூட ஒரு மாற்றாக, அந்த அனுபவங்களை வீட்டுக்குள்ளேயே கொண்டு வந்து தருகிற ஒரு இலக்கியமாக இருக்கிறது. பயணம் போகிறவர்கள் பயண இலக்கியம் எழுதவும், மற்றவர்களின் பயண இலகூகியத்தைப் படிக்கவும் பழகிக் கொள்ள வேண்டும்.

□

சுருக்கமும், விரிவும்

விரிக்கிறபோது நீர்த்துப்போகாமலும், சுருக்குகிறபோது சிதைந்து போகாமலும் பார்த்துக் கொள்கிற ஆற்றல்தான், எழுத்திலும் பேச்சிலும் இருக்கிற ஆற்றல் என்று பொருள்.

சிலருக்குச் சுருக்கமாகப் பேசத் தெரியாது, சிலருக்கு விரிவாகப் பேச வராது. சுருக்கம் விரிவு இரண்டுமே இரண்டு மாதிரியான கலை. எழுத்திலும் சரி, பேச்சிலும் சரி. எங்கே சுருக்கம் வேண்டும் எங்கே விரிவு வேண்டும் என்பதை நல்ல எழுத்தாளன் அல்லது நல்ல பேச்சாளன் தீர்மானித்து விடவேண்டும். எங்கே சுருக்கமாய்ப் பேச வேண்டுமோ அங்கே சுருக்கமாய்த்தான் பேச வேண்டும். அது கடினமானதுதான். இரண்டுமே கடினமானவை என்றாலும் சுருக்கம் என்பது மிகக் கடினம்.

ஆப்ரகாம் லிங்கனைப் பற்றிச் சொல்கிறபோது ஒரு செய்தியைச் சொல்வார்கள் அது உண்மையா? அல்லது ஒரு செவி வழிச்செய்தியா என்பது தெரியாது. ஆப்ரகாம் லிங்கன் சொல்வாராம், ஐந்து நிமிடத்திலே ஒரு செய்தியைச் சொல்ல வேண்டுமென்றால் எனக்கு ஒரு 10 நாட்கள் நீங்கள் நேரம் தரவேண்டும். அரை மணி நேரம் பேச வேண்டும் என்றால் நான்கு நாட்களிலே கூட்டத்தை வைத்துக் கொள்ளலாம். ஒரு மணி நேரம் பேச வாய்ப்பிருக்கிறதா? வாருங்கள், உடனே புறப்படலாம் என்று அவர் சொன்னதாகச் சொல்வார்கள். இது சுருக்கத்தின் பெருமை கருதிச் சொல்லப்படுகிற கூற்று.

விரிவாகப் பேசுவதும் கடினம்தான். விரிவாக என்றால் வளவளவென்று பேசிக்கொண்டே இருப்பதன்று. நாம் எடுத்துக் கொண்ட பொருளில் அழகாய், நயமாய், உவமைகளோடு, எடுத்துக் காட்டுகளோடு விவாதங்களோடு பேசுவதுதான் விரிவாய்ப் பேசுவது. சுருக்கத்திலே அதற்கெல்லாம் இடமில்லை. அது செறிவானது, விரிவு என்பது நயமானது. சுருக்கமாய்ப் பேசுகிறபோது அதனுடைய கரு எது என்பதை நீங்கள் தீர்மானித்து அதை மட்டுமே பேச அல்லது எழுத வேண்டும். விரிவோ, சுருக்கமோ அது தொடர்பான குறிப்புகளை முழுமையாகத்தான் எடுக்கவேண்டும். பிறகு அதனுடைய கரு எது என்பதைக் கண்டுபிடிக்கிறவன்தான் புத்திசாலி. அதனுடைய கரு எதுவோ அதை மட்டும் சொல்வது, இல்லையானால் அதற்குத் தொடர்புள்ள மற்ற எல்லாவற்றையும் பேசிச் சொல்வது.

பள்ளிக்கூடங்களில் மூன்றில் ஒரு பங்காகச் சுருக்குக என்றால் மூன்று வரிகளிலே இரண்டு வரிகளை விட்டு விட்டு ஒரு வரியை எழுதினால் மூன்றில் ஒரு பங்காகச் சுருங்கி விடும் என்பதுதான் நம் கணக்கு. அது சுருக்கமல்ல, சுருக்கி அதனைக் கொன்று விடுவது. சுருக்கம் என்றால் அதனுடைய ஜீவன் குறையாமல் வரவேண்டும். சுருக்கமாய்ச் சொல்லும்போது பொருள் சிதையாமல் இருக்க வேண்டும். விரிவாய்ச் சொல்கிறபோது பொருள் நீண்டு போகாமல் இருக்க வேண்டும். இரண்டையும் நாம் கவனத்தில் கொள்ளவேண்டும். விரிவாய்ச் சொல்வதிலும் இரண்டு வகை உண்டு. ஒன்று, ஒரே பொருள் குறித்துப் பல்வேறு செய்திகள், சான்றுகள், நுட்பமான நுணுக்கங்களோடு விரித்து விரித்துப் பேசுவது, இன்னொன்று பல்வேறு செய்திகளை அடுத்தடுத்து சொல்லிக்கொண்டே போவது. இரண்டும் விரிவுதான். இன்றைக்கு நடந்து கொண்டிருக்கிற எல்லா நிகழ்வுகளைப் பற்றியும் தொட்டுத் தொட்டுப் பேசுவது, ஆனாலும் எதற்குச் சிறப்பு கூடுதல் என்றால் விரிவாய் நுட்பமாய்ப் பேசுவதுதான்.

சுருக்கத்தையும் விரிவையும் நாம் எப்படிப் பார்க்க வேண்டு மென்றால், திருக்குறள் மிகச் சுருக்கமானது. ஒன்றே முக்கால்அடி, 7 சீர்கள் தான். ஆனால் அதற்கு 1000 பக்கங்களிலே விரிவாக உரை எழுத முடியும். கம்ப ராமாயாணம் பதினாயிரம் பாடல்களைக் கொண்ட விரிவான காப்பியம். அதை மிகச் சுருக்கமாக

> "கோடு போட்டு நிற்கச் சொன்னான்
> சீதை நிற்க வில்லையே
> சீதை அன்று நின்றிருந்தால்
> இராமன் கதை இல்லையே!"

என்று கவிஞர் கண்ணதாசன் சொன்னது போல் சுருக்கியும் சொல்லலாம். இந்த இரண்டு வரிகளுக்குள்ளே ராமாயணத்தினுடைய ஒரு சாரம் வருகிறது. திருக்குறளை விரிக்கவும் முடியும், ராமாயணத்தைச் சுருக்கவும் முடியும். ஆனால் விரிக்கிறபோது நீர்த்துப்போகாமலும், சுருக்குகிறபோது சிதைந்து போகாமலும் பார்த்துக் கொள்கிற ஆற்றல்தான், எழுத்திலும் பேச்சிலும் இருக்கிற ஆற்றல் என்று பொருள்.

சிலபேர் பேசத் தொடங்கி முடிக்கத் தெரியாமலேயே பேசிக் கொண்டிருப்பார்கள். எழுத்திலும் பேச்சிலும் இந்த விபத்து நேரும். முடிக்கக்கூடாது என்று நினைத்துப் பேசவில்லை. முடிக்கத் தெரியாமல் பேசிக்கொண்டே இருப்பார்கள். ஒன்றைத் தொட்டு இன்னொன்றுக்குப் போய் எங்கே வருவது என்று தெரியாமல் தடுமாறுவார்கள். முன் தயாரிப்பும், இதைத்தான் நாம் எழுதப் போகிறோம் அல்லது பேசப்போகிறோம் என்ற முன்முடிவும் இல்லாததுதான் அதற்குக் காரணம். எப்போதும் மக்களைப் பார்த்து பேசுகிறபோதும், மக்களுக்காக எழுதுகிறபோதும் அந்தப் பொறுப்புணர்ச்சி நமக்கு வந்தாகவேண்டும். இதுதான் இன்றைக்கு நம்முடைய எழுத்து அல்லது பேச்சு, இதற்காகத்தான் இதைத் தொடுகிறோம், இந்தச் செய்தி வரைக்கும்தான் இன்றைக்குப் பேசுகிறோம் அல்லது எழுதுகிறோம் என்று முடிவு செய்து விட வேண்டும். ஏனென்றால் செய்திகள் முடிவடைந்து விடுவதில்லை. அது ஆயிரம் ஆயிரமாக விரிந்து கொண்டேதான் போகும். நாம் எந்த இடத்திலே நிறுத்தப் போகிறோம் என்பதுதான் நம்முடைய கவனமாக இருக்க வேண்டுமே தவிர அதன் போக்கில் நாம் போய்க்கொண்டு இருக்கக்கூடாது.

நம் போக்கில் நம் கட்டுப்பாட்டில் அதனை வைத்துக் கொள்வது என்பது ஒரு பயிற்சி, அந்தப் பயிற்சி நமக்கு ஏற்பட்டு விடுமானால் அது நமக்கு மட்டுமல்ல... நம் பேச்சைக் கேட்கிறவர்களுக்கும், நம் எழுத்தை படிக்கிறவர்களுக்கும் பெரிய நன்மை. சிலபேர் பேசி முடிக்கிறபோது, பார்வையாளர்கள் மிக மகிழ்ச்சியாகக் கையொலி

எழுப்புவார்கள், அது பாராட்டு அல்ல. அப்பாடா பிழைத்துக் கொண்டோம் என்கிற அறிகுறி. எப்போதும் பேச்சும், எழுத்தும் முடிகிற தருவாயில் இன்னும் கொஞ்சம் நீண்டிருக்கலாமே என்கிற எண்ணம் பார்வையாளர்களிடத்திலே வரவேண்டும். சுருக்கமாகவே முடித்து விட்டாரே என்பதும், இவ்வளவு சிறியதாகச் சுருக்கி எழுதி விட்டாரே என்பதும் இருக்குமானால் அந்தப் பேச்சும் எழுத்தும் ஆக்கமுடையதாக இருந்திருக்கிறது என்று பொருள். இன்னமும் கொஞ்சம் வேண்டும் என்கிற நிலையில் நீங்கள் நிறுத்தி விட வேண்டும்.

இன்னமுமா பேசிக் கொண்டிருக்கிறாய் என்று கேட்கிற அளவுக்கு பேசக்கூடாது. விளையாட்டாய்ச் சொல்வார்கள், சில கூட்டங்களிலே கடிகாரம் வைத்தால்போதும், சிலபேர் பேசினால் கேலண்டர் வைக்க வேண்டும் என்று. அப்படி அல்ல... நமக்குத் தெரிந்ததையெல்லாம் பேசுவதும் அல்ல, நாம் பேச நினைப்பதையெல்லாம் பேசுவதும் அல்ல. பேச வேண்டியதைப் பேசுவதும், எழுத வேண்டியதை எழுதுவதும் தேவை. அதனுடைய அளவை அதனுடைய உள்ளடக்கமே ஓரளவு தீர்மானிக்கும். இலக்கியத்தின் வடிவத்தை அதனுடைய உள்ளடக்கமே ஓரளவுக்குத் தீர்மானித்து விடுவதைப்போல, வடிவத்தை மட்டுமின்றி நேரத்தையும்கூட உள்ளடக்கம் தீர்மானிக்கிறது என்பதை நாம் கவனத்திலே கொள்ளலாம். வடிவம், நேரம் என்கிற இரண்டையும் அதன் உள்ளடக்கம் தீர்மானிக்கிறது. ஆகையினாலே எந்த ஒன்றையும் சுருக்கமாய்ச் சொல்லவும், விரித்து விளக்கிச் சொல்லவும் நாம் கற்றுக் கொள்ளவேண்டும்.

நெருடாவின் பார்வையில் எலியட்டும் விட்மனும்

சிலி நாட்டின் சுரங்கத்தில் இருந்து தொழிலாளர்கள் நான் வந்திருக்கிறேன் என்று தெரிந்த உடனே, கீழே இருந்து மண்டியிட்டு மெல்ல மெல்ல மேலே வந்து, உலோகம் போன்ற தங்களினுடைய கைகளை நீட்டி, தோழனே உன்னுடைய கவிதைகளையும் எழுத்துக்களையும் நாங்கள் படித்திருக்கிறோம் என்று சொல்லிப் பாராட்டுகிறார்களே, அந்த நிமிடம்தான் நான் நோபல் பரிசு பெற்ற நிமிடத்தைக் காட்டிலும் மேன்மையானது.

இலக்கியத்தில் அரசியல் பேசலாமா, இலக்கியங்களில் அரசியல் நெடி வீசலாமா, என்பது காலகாலமாக நாம் கேட்டுக்கொண்டிருக்கும் ஒரு கேள்வி. இலக்கியம் என்பது ஒரு அழகு நயம் உடையதாக, கற்பனை மிகுந்ததாக, படிப்பவர்களை மகிழ்விப்பதாக இருக்க வேண்டுமே தவிர, கருத்துக்களைப் பரப்புரை செய்கிற ஒரு பிரசார சாதனமாக அதை ஆக்கிவிடக்கூடாது, அப்படியே இருந்தாலும் அது பூவின் மணத்தைப்போல இருக்கவேண்டுமே தவிர, பூண்டின் நெடிபோல இருந்து விடக்கூடாது என்றெல்லாம் எச்சரிக்கிறவர்கள் உண்டு. இந்த எச்சரிக்கைகளிலே இருந்து மாறி விடுபட்டு என் கவிதைகளில் அரசியல் இருந்துதான் தீரும் என்று சொன்னவர்களிலே குறிப்பிடத்தக்க ஒரு வெளிநாட்டுக் கவிஞர் பாபுலோ நெருடா. அவர் சிலி என்கிற தேசத்தைச் சேர்ந்தவர். சிலி தென்னமெரிக்காவிலே ஒரு வால்போல நீண்டிருக்கிற ஒரு நாடு. சிலியை

ஆண்ட அலெண்டே எப்படிக் கொல்லப்பட்டான் என்பதெல்லாம் ஒரு அரசியல் சார்ந்த உண்மை, முக்கியமான வரலாறு. அந்த சிலி நாட்டினுடைய கவிஞன் பாபுலோ நெருடா பெரும்பாலும் சுரங்கத் தொழிலாளிகளைப் பற்றி, உலகத்திலே இருக்கிற தொழில் வர்க்கத்தைச் சார்ந்த, விவசாயத்தைச் சார்ந்த பாட்டாளி மக்களைப் பற்றிக் கவிதைகளை எழுதினார்.

பூமியின் மீதான இருப்பிடம் என்கிற தன்னுடைய படைப்புக்காக நெருடா இந்தியாவிலே இருக்கிறபோது, அவருடைய 20 கவிதைகள் என்கிற புத்தகத்தினுடைய முன்னுரையில் அவரோடு ராபர்ட் பிளேர் நடத்திய ஒரு நேர்காணல் இடம் பெற்றிருக்கிறது. அந்த நேர்காணலிலே ராபர்ட் கேட்கிறார், நீங்கள் இந்தியாவிலே இருந்து எழுதி இருக்கிறீர்கள், எனவே இந்தியாவினுடைய தாக்கம் உங்களுக்கு இருக்கிறதா என்று கேட்கிறார். பாபுலோ நெருடா சிரித்துக்கொண்டே விடை சொல்கிறார். இந்தியாவினுடைய தாக்கம் எனக்கு இல்லை. என்னுடைய பாட்டு, என்னுடைய எழுத்து எல்லாம் என் தேசத்து மக்களைப் பற்றியதாகத்தான் இருக்கிறது. இப்போது ராபர்ட் வைக்கிற அடுத்த கேள்வி உங்கள் படைப்புகளில் அரசியல் கடுமையான ஒரு இடத்தைப் பிடித்துக் கொண்டிருக்கிறது. நீங்கள் உங்கள் கொள்கைகளில் கடைசி வரைக்கும் உறுதி குலையாமல் போராடுகிற தன்மையைப் பெற்று இருக்கிறீர்கள். கரடி எப்போதும் ஒரு போராட்டத்தில் நிலைகுலைந்து போகாது என்பார்கள். ஒரு கரடியைப்போல நீங்கள் நிலை குலையாமல் போராடுகிறீர்கள், அரசியல் கருத்துக்களை வைக்கிறீர்களே, இது சரிதானா, டி.எஸ்.எலியட் போல. மிக நுட்பமாகச் செய்தியை சொல்லிக் கொண்டுபோகிற அந்த அழகு இருக்கிறதே அது நயமில்லையா என்று கேட்கிறார். அதற்கு நெருடா சொல்வார் எலியட் மிகப்பெரிய அறிவாளிதான் யாரால் மறுக்க முடியும்? உலக இலக்கிய வரலாற்றில் எலியட் எழுதிய வேஸ்ட் லேண்ட் (பாழ் நிலம்), உள்ளீடற்ற மனிதன் போன்ற அந்த இலக்கியங்களுக்கு என்றைக்கும் ஒரு பெரிய இடம் உண்டு என்பதை நான் அறிவேன். ஆனாலும் டி.எஸ். எலியட் என்கிற அந்த அறிவாளியை விட வால்ட் விட்மன் என்கிற அந்த மாபெரும் கவிஞன்தான் என்னைக் கூடுதலாக கவர்ந்திருக்கிறான் என்று நெருடா சொல்கிறார். எலியட்டுக்கும் விட்மனுக்கும் என்ன வேறுபாடு என்றால், எலியட்

தாம் சொல்ல வருகிற செய்தியை நேரடியாகச் சொல்லி விடுகிறவர் இல்லை. தன்னுடைய அரசியல் கருத்துப் பரப்புரையாகத் தன்னுடைய இலக்கியத்தைப் பயன்படுத்துகிறவர் இல்லை. அவர் மிக நுட்பமாக, மிக அழ்வார்ந்த செய்திகளை, அரசியலற்றுச் சொல்கிற எழுத்தாற்றல் மிக்கவர். விட்மன் அப்படியல்ல, முழக்கங்கள் தான் அவனுடைய கவிதைகள்.

இங்கே கூட, அண்ணா நம்முடைய புரட்சிக் கவிஞன் பாரதிதாசனை வால்ட் விட்மன் என்று சொல்வார். தமிழ்நாட்டு வால்ட்விட்மன் என்பார். முழக்கங்கள்தான் கவிதை. நான் என் மக்களுக்காகப் பாடுகிறேன் என்பார். இதை நெருடாவும் சொல்கிறார், **எனக்கு எலியட் போன்ற அறிவாளியைக் காட்டிலும் விட்மன் போன்ற தோழர்கள்தான் தேவைப்படுகிறார்கள்,** எனக்குத் தாக்கமெல்லாம் வால்ட் விட்மனிடத்திலே இருந்துதான் வருகிறது என்று குறிப்பிடுவார். நெருடாவின் எழுத்துக்கள் எப்போதும் படித்திருப்பது மக்களின் பிரச்சினைகளை மட்டும்தான்.

நெருடாவே சொல்வார், நான் என் மக்களை விட்டு விலகிப் போய்விட முடியாது. அவர்கள் சுரங்கத்தில் இருக்கிறார்கள்.

சுரங்கத்தில் மொழியை மட்டுமல்ல, வாழ்க்கையையும் சேர்த்துத் தொலைத்து விட்டார்கள். அவர்களைப் பற்றித்தான் நான் பாடுவேன். அவர்களிடத்திலே இருந்து வருகிற பாராட்டுதான் எனக்குப் பெரியது என்று நெருடா சொல்கிறார். நெருடா நோபல் பரிசு பெற்றவர். சோவியத்தினுடைய அமைதிக்கான விருதையும் பெற்றிருக்கிறார். நோபல் பரிசு பெற்றபோது நெருடா இது எனக்கு மகிழ்ச்சி அளிக்கிறது, இல்லை என்று சொல்ல முடியாது. ஆனாலும் இதைத் தாண்டி பெரிய விருதை நான் பெற்று விட்டேன். எங்கள் நாட்டிலே சிலி நாட்டின் சுரங்கத்தில் இருந்து தொழிலாளர்கள் நான் வந்திருக்கிறேன் என்று தெரிந்த உடனே, கீழே இருந்து மண்டியிட்டு மெல்ல மெல்ல மேலே வந்து, உலோகம் போன்ற தங்களினுடைய கைகளை நீட்டி, தோழனே உன்னுடைய கவிதைகளையும் எழுத்துக்களையும் நாங்கள் படித்திருக்கிறோம் என்று சொல்லிப் பாராட்டுகிறார்களே, அந்த நிமிடம்தான் நான் நோபல் பரிசு பெற்ற நிமிடத்தைக் காட்டிலும் மேன்மையானது, என் நெஞ்சைத் தொடுகிறது என்று சொன்னார்.

எனவே இலக்கியத்துக்குள்ளே அரசியல் கூடாது, பரப்புரை கூடாது என்கிற கருத்தை முற்றுமாய் முறித்துப் போட்டு, என் கவிதை அப்படித்தான் நான் வளர்ந்த சூழல் அப்படித்தான் இன்றைக்கும் வாழ்கிற நிலை அப்படித்தான் என்று கூறியவர் நெருடா. மக்களிடத்திலே இருந்துதான் எனக்குக் கவிதைகள் வரும், நான் வெறும் மலைகளைப் பார்த்து, அருவிகளைப் பார்த்து, நிலவைப் பார்த்து மட்டும் பாட்டுகள் எழுதிக் கொண்டிருக்க முடியாது. அவைகளைப் பற்றியும்கூட நான் எழுதுகிறேன். ஆனால் மக்களைப் பற்றி பாடுகிற கவிஞனாகத்தான் நான் இருப்பேன், மக்களைப் பற்றிப் பாடுகிற வால்ட் விட்மன் போன்ற கவிஞர்கள்தான் எனக்கு உள்ளேயும் ஒரு தாக்கத்தை ஏற்படுத்தி இருக்கிறார்கள் என்று அந்த நேர்காணலிலே நெருடா சொல்கிறபோது, அரசியலுக்கும் இலக்கியத்துக்கும் இருக்கிற ஒரு நெருக்கமான நிலையை நம்மாலே புரிந்து கொள்ள முடிகிறது.

தமிழகம் வந்த டொமினிக் ஜீவா

மனிதர் களைப்பற்றி, ஒரு ஊரைப்பற்றி, ஒரு நாட்டைப் பற்றி அந்த இடத்துக்குப் போவதற்கு முன்னாலே சில முன் முடிவுகளை வைத்துக் கொள்கிறோம்... அப்படி வைத்துக் கொள்ளவேண்டிய தில்லை.

யாழ்ப்பாணத்தைச் சேர்ந்த டொமினிக்ஜீவா என்கிற எழுத்தாளர் இந்தியாவுக்கு ஒருமுறை வந்தபோது, அவருக்கு ஏற்பட்ட அனுபவத்தைப் பதிவு செய்திருக்கிறார். அவர் 1950களிலும், 60 களிலும் தமிழீழ மக்களால் மிகப் போற்றப் பட்ட ஒரு எழுத்தாளர். மல்லிகை என்கிற ஒரு பத்திரிகையினுடைய ஆசிரியராகவும் அவர் இருந்திருக்கிறார். டொமினிக்ஜீவா 61-இல் கப்பல் வழியாக ராமேசுவரத்துக்கு வந்து, பிறகு ராமேசுவரத்தில் இருந்து தொடர் வண்டி மூலமாக மதுரைக்கு வருகிறார். அப்போதெல்லாம் கப்பல் ஓடிக் கொண்டிருந்த காலம். அதை பெரி (Ferry) என்று சொல்வார்கள். அந்தக் கப்பலில் மக்கள் அன்றாடம் போய் வந்து கொண்டிருந்தார்கள்.

கப்பலிலே வருகிறபோதே திரிகோண மலையைச் சார்ந்த ஒரு தாயும் மகளுமாக வந்திருக்கிற அவர்களோடு அவருக்கு நட்பு ஏற்படுகிறது. அவர்கள் நாங்கள் தமிழ்நாட்டுக்கு முதல்முறை யாக வருகிறோம், எங்களுக்கு ஊர் தெரியாது, மதுரைக்குத்தான் நீங்களும் வருகிறீர்கள் என்பதால் அங்கே வந்ததற்குப் பிறகு நீங்கள் எங்களுக்குக் கொஞ்சம் உதவி செய்ய வேண்டும் என்று கேட்கிறார்கள். அதனால் என்ன செய்யலாம்

என்று சொல்கிறார். எல்லோரும் கப்பலிலே பேசிக் கொண்டு வருகிறார்கள், பிறகு ராமேசுவரத்தில் இறங்குகிறார்கள், மதுரைக்குத் தொடர்வண்டியிலே வந்து சேருகிறார்கள்.

தொடர் வண்டி நிலையத்தில் வந்து இறங்கிய உடனே அங்கு இருக்கிற கூலித் தொழிலாளிகள் (போர்ட்டர்கள்) பலர் உங்களினுடைய உடைமைகளை நாங்கள் எடுத்துக் கொண்டு வருகிறோம் என்று ஒருவருக் கொருவர் போட்டி போடுகிறார்கள். ஜீவா வேண்டாம் என்று கண்டிப்பான குரலிலே சொல்லிவிட்டு இந்தத் தாயும் மகளும் போய்ச் சேரவேண்டிய இடம் முகவரிகளையெல்லாம் கேட்டு, அவர்களை அனுப்புவதற்கான ஏற்பாடுகளைச் செய்து கொண்டிருக்கிறார். அப்போது 20 வயது மதிக்கத்தக்க ஒரு இளைஞன் ஓடிவந்து மற்றவர்கள் எல்லாம் போய் விட்டார்கள். நான் ரொம்ப சிரமத்தில் இருக்கிறேன். நீங்கள் இந்த வேலையைக் கொடுத்தால் நான் பொருட்களையெல்லாம் ரொம்பவும் சரியாகத் தந்து விடுவேன் என்கிறான். அவருக்கு ஒரு

யோசனையாக இருக்கிறது, அவனுடைய வயது, கேட்கிற முறை, அந்தத் தோற்றம் எல்லாவற்றையும் பார்க்கிறபோது, தன்னாலே தூக்கிக் கொண்டு போய் விட முடியும் என்றாலும்கூட, அவனுக்காகத் தன்னுடைய பொருட்களை அவனிடத்திலே கொடுக்கிறார். சரி நீ கொண்டு வந்து கொடு என்று சொல்லி விட்டு, அதற்கு முன்பாக இவர்கள் இரண்டு பேரையும் அனுப்பி வைத்து விட்டு வருகிறேன் என்கிறார்.

வெளியிலே போய் ஒரு வண்டியைப் பார்த்து (அப்போது எல்லாம் குதிரை வண்டிதான்) மதுரைக்கு எந்த இடத்துக்குப் போகவேண்டுமோ அந்த இடத்துக்கு அவர்களை அனுப்பி விட்டுத் திரும்பிப் பார்த்தால், இவருடைய பொருள் எதையும் காண வில்லை. அந்தப் பையனையும் காணவில்லை. அப்போது அவருக் குத் தோன்றியதாம், இந்தியாவைப் பற்றியும் தமிழ்நாட்டைப் பற்றியும் பலரும் சொன்னார்கள், நான் நம்பவில்லை, ஆனால் நிலைமை அப்படித்தான் இருக்கிறது. பொருளை வைத்து விட்டு இந்தப் பக்கம் திரும்புவதற் குள் எல்லாவற்றையும் எடுத்துக் கொண்டு போய் விட்டார்களே என்ன நாடுடா இது என்று அவருக்கு ஒரு கோபமும் ஆதங்கமும் வருகிறது. அந்தப் பையனிடம் முதலில் பேசுகிறபோதே சொல்கிறார், இவர்களை அனுப்பி விடலாம், நான் நடராஜ் என்கிற அந்த விடுதிக்குத்தான் தங்குவதற்குப் போகிறேன், நீ இரு என்கிறார். இப்போது அவனையும் காணவில்லை, பொருளையும் காணவில்லை, சுற்றி இருந்த ஆட்களையும் காணவில்லை, யாரிடத்திலே கேட்பதென்றும் தெரியவில்லை. என்ன இந்த மனிதர்கள் இவ்வளவு மோசமானவர்களாக இருக்கிறார்களே என்று கோபப்படுகிறார். தமிழ்நாட்டைப் பற்றி ஏற்கனவே அவருக்கு ஒரு கணிப்பு இருந்திருக்கிறது. சரியான கணிப்பாகவோ, தவறான கணிப்பாகவோ அது இருக்கலாம். இப்போது அது சரி என்று ஆகி விட்டது.

அந்த விரக்தியான மனநிலையில், சரி அந்த நடராஜ் விடுதியிலே இருக்கிறவர்கள் தனக்குத் தெரிந்தவர்கள்தான் என்பதாலே அங்கே போய்த் தங்கிக் கொள்ளலாம், பிறகு பார்க்கலாம் என்று ஒரு சோர்ந்த மனநிலையிலே அவர் நடந்து அந்த விடுதிக்கு வந்து சேருகிறபோது, அந்தப் பையன் அவருக்காக அந்தப் பொருட்களை வைத்துக் கொண்டு அங்கே காத்திருக்கிறான், அவருக்குப்

புரியவில்லை, என்ன இங்கே காத்திருக்கிறாய், எங்கே பொருள், எப்படி வந்தது என்று கேட்கிறார், நீங்கள் எல்லோரும் ஒன்றாய்த்தான் போகப்போகிறீர்கள் என்று நினைத்துக் கொண்டு பொருட்களை எல்லாம் எடுத்துக் கொண்டு வந்தேன், பிறகு அவர்கள் வண்டியிலே ஏறிப்போய் விட்டார்கள், இது எங்களுடையது இல்லை அவருடைய பொருள் என்று சொன்னார்கள், உங்களைத் தேடிப் பார்த்தேன் காணவில்லை. சரி நடராஜ் விடுதிக்குத்தான் வருவேன் என்று சொன்னதினாலே இங்கேதான் வருவீர்கள் என்று இங்கே வந்து உங்களுக்காகக் காத்திருக்கிறேன் என்றான்.

தமிழ்நாட்டைப் பற்றி அவர் வைத்திருந்த தவறான மதிப்பு, ஒரு எண்ணம் அல்லது இந்தியாவைப் பற்றி அவர் கேள்விப்பட்ட செய்தி எல்லா இடத்திலேயும் அப்படியே உண்மை இல்லை என்று புரிகிறது. தவறு செய்கிறவர்கள் எல்லா நாட்டிலேயும் இருக்கிறார்கள். தமிழ்நாட்டில் இருக்கிறவர்கள் எல்லோரும் திருடர்கள் அல்லது தவறு செய்கிறவர்கள் என்று நினைத்து விட்டோமே என்று அவருக்கு ஒரு குற்ற உணர்ச்சி வருகிறது. அந்தப் பையனைப் பார்த்து அப்படியா நான் தவறாக நினைத்து விட்டேன் என்கிறார். என்ன தவறாக நினைத்தீர்கள் என்று அவன் கேட்கிறான், அவர் சொல்லவில்லை. அவர் என்ன நினைத்தார் என்று சொன்னால் அவன் மனம் மிகவும் வேதனைப்படும் என்பதினால் சொல்லவில்லை.

பொதுவாக நமக்கு ஒரு கருத்து இருக்கிறது. ஒரு நாட்டைப் பற்றியும் ஒவ்வொரு ஊரைப்பற்றியும் ஒரு சமூகத்தைப் பற்றியும் நமக்கு ஒரு கணக்கு இருக்கிறது. ஆனால் அப்படிப் பொதுமைப்படுத்துவது நியாயமில்லை. மேலை நாடுகளிலே எல்லாம் திருடர்களே இல்லை என்று நாம் கருதுகிறோம், அங்கேயும் இருக்கத்தான் செய்கிறார்கள். இங்கேயும் நல்ல மனிதர்கள் இருக்கத்தான் செய்கிறார்கள். இப்படிச் சொல்வதிலே இருந்தே அது அங்கே குறைவு, இது இங்கே கூடுதல் என்று நமக்குப் புலப்படுகிறது. ஆனால் பொத்தாம் பொதுவில் எல்லாவற்றையும் நாம் பொதுமைப்படுத்த முடியாது.

பிரான்சு நாட்டுக்குப் போயிருந்தபோது, எனக்கு நேர்ந்த அனுபவம் அப்படித்தான். மேலை நாட்டுக்குப் போயிருக்கிறோம்.

யாரும் யாருடைய பொருளையும் தொடமாட்டார்கள் என்றெல்லாம் நாம் கேள்விப்பட்டிருக்கிறோம். எனினும் நான் அந்த மகிழுந்தை விட்டு இறங்குகிறபோதே என்னுடைய பெட்டியை எடுத்துக் கொண்டு உள்ளே போனேன், உங்கள் பெட்டியை எடுக்க வேண்டாமா என்று நண்பரிடம் கேட்டபோது, இங்கே எல்லாம் அதை யாரும் எடுக்க மாட்டார்கள் அது அங்கே அப்படியே இருக்கும், அதுவும் காரைப் பூட்டி விட்டுத்தானே வந்திருக்கிறோம் என்று சொன்னார். ஒரு பத்துப் பதினைந்து நிமிடம்தான் இருக்கும் பேசிக்கொண்டிருந்து வி. டு மறுபடியும் கீழே வந்து பார்த்தார், அந்த காரின் பின்னாலே இருக்கிற கண்ணாடி உடைக்கப்பட்டு அந்தப்பொருள் எடுக்கப்பட்டிருக்கின்றது. இது பிரான்சு நாட்டினுடைய தலைநகரமான பாரீசிலே நடந்தது.

மலேசியாவிலே ஒரு நண்பரோடு வண்டியிலே போய்க் கொண்டிருக்கிறபோது, நான் நேரடியாகப் பார்த்த காட்சி. நண்பர் ஓட்டுகிறார், நான் பக்கத்திலே உட்கார்ந்து இருக்கிறேன். எங்களுக்கு எதிரிலே கொஞ்சம் தொலைவிலே மோட்டார் சைக்கிளில் வந்தவர்கள் அங்கே நடந்து போன ஒரு பெண்ணினுடைய கழுத்திலே கிடந்த சங்கிலியைப் பறித்துக் கொண்டு வேகமாகப் போனதையும், பிறகு அங்கே இருந்தவர்கள் துரத்திக் கொண்டு போயும் பிடிக்க முடியாமல் போனதையும் நேரடியாகப் பார்த்த ஒரு அனுபவமும் இருக்கிறது.

எனவே ஒரு நாடு முழுவதும் சரியானது, ஒரு நாடு சரியில்லை என்றெல்லாம் சொல்ல முடியாது. மனிதர்கள் எங்கே இருந்தாலும் அவர்களிடத்திலே நல்லகுணங்களும் இருக்கின்றன, கெட்ட குணங்களும் இருக்கின்றன. அவசரப்பட்டுப் பொதுமைப் படுத்துவது என்பது எந்த நேரத்திலும் சரியாக இருக்காது. மனிதர் களைப்பற்றி, ஒரு ஊரைப்பற்றி, ஒரு நாட்டைப் பற்றி அந்த இடத்துக்குப் போவதற்கு முன்னாலே சில முன் முடிவுகளை வைத்துக் கொள்கிறோம்... அப்படி வைத்துக் கொள்ளவேண்டிய தில்லை. எல்லா நாட்டிலேயும் மனிதர்கள் இருக்கிறார்கள் என்கிற நம்பிக்கையோடும், அதே நேரத்தில் எந்த இடத்திற்குப் போனாலும் எச்சரிக்கையோடும் இருக்க வேண்டும். மனிதர்களை நம்பவும் வேண்டும், கவனம் இல்லாமலும் இருந்து விடக் கூடாது.

□

கவனித்தலும் கவனிக்கப்படுதலும்

கலைஞர்களுக்கு நீங்கள் கொடுக்கிற பணத்தை விட, நாடக மேடைகளில் அவர்கள் பெறுகிற கையொலிதான் அவர்களை ஊக்கப்படுத்தும்.

பொதுவாக எல்லாக் குழந்தைகளும் தாங்கள் கவனிக்கப்பட வேண்டும் என்று விரும்புகிறார்கள். அதில் ஒன்றும் பிழை இல்லை. தங்களுடைய புதிய உடை அல்லது புதிய நகை எதையாவது ஒன்றை யாராவது பார்த்துப் பாராட்ட வேண்டும், தாங்கள் கவனிக்கப்பட வேண்டும் என்கிற எண்ணம் பிள்ளைகளிடம் இருக்கும். நாம் பல நேரங்களிலே உம்மணா மூஞ்சிகளாக இருக்கிறோம், பிள்ளைகளிடத்திலும்கூடச் சிரித்து இயல்பாகப் பேசுவதில்லை. நாம் மற்றவர்களிடத்திலே சிரித்துப் பேசுவதற்கும் பிள்ளைகளிடம் சிரித்துப் பேசுவதற்கும் வேறுபாடு இருக்க வேண்டும். பிள்ளைகளோடு பேசுகிறபோதும், கொஞ்சுகிறபோதும் நாம் இன்னொரு பிள்ளையாக இருக்க அல்லது நடிக்கக் கற்றுக் கொள்ளவேண்டும்.

ஒரு புதிய ஆடையோடு வருகிற ஒரு குழந்தையைப் பார்த்து இந்தச் சட்டை நல்லா இருக்கிறதே என்று கூறும்போதும் புது மாதிரியாக ஒப்பனை செய்து கொண்டு வந்தால் நீ தலை சீவியிருக்கிறது வித்தியாசமா இருக்கிறதே என்று சொல்கிறபோதும் அந்தப் பிள்ளைகளுக்கு ஒரு ஊக்கமும் உற்சாகமும் பிறக்கின்றன. குழந்தைகளுக்குத்தான் என்று நாம் கருத வேண்டியதில்லை. குழந்தைப் பருவத்திலே

தோன்றும் இந்த எண்ணம் இறுதிக்கட்டம் வரையிலே நமக்குத் தொடர்கிறது என்றுதான் சொல்லவேண்டும். யாருக்குமே அந்த ஒரு விழைவு, அந்த வேட்கை இருக்கிறது, நாம் கவனிக்கப்பட வேண்டும். கவனிக்கப்படுகிறபோதுதான் நம்முடைய இருத்தல் என்பதே முடிவு செய்யப்படுகிறது. நாம் செய்கிற ஒவ்வொரு செயலும், நம்முடைய எழுத்து, நம்முடைய பேச்சு எதுவாக இருந்தாலும் பிறரால் கவனிக்கப்படுகிறது என்பதுதான் நமக்குக் கிடைக்கிற மிகப்பெரிய ஊக்கம். கலைஞர்களுக்கு நீங்கள் கொடுக்கிற பணத்தை விட, நாடக மேடைகளில் அவர்கள் பெறுகிற கையொலிதான் அவர்களை ஊக்கப்படுத்தும்.

கவனிக்கப்படுவோம் என்கிற நம்பிக்கையிலேதான் எல்லா எழுத்தாளனும் உருவாகிறான். எல்லாக் கவிஞனும் உருவாகிறான். எல்லா விளையாட்டு வீரனும், எல்லா இசைக் கலைஞனும், எல்லா ஓவியனும் உருவாகிறான். எனவே கவனிக்கப்படுதல் என்பது அல்லது கவனிக்கப்பட வேண்டும் என்று விரும்புதல் மனித இயல்புகளில் ஒன்று. அதை நாம் எப்போதும் விளங்கிக் கொள்ளவேண்டும். கவனிக்கப்படாத மனிதர்கள் சில நேரங்களில் ஆபத்தானவர்களாக மாறி விடுகிறார்கள் என்பதுதான் ஒரு அடிப்படையான உளவியல் செய்தி.

கி.ராஜநாராயணன் அவர்கள் தொகுத்திருக்கிற நாட்டுப்புறக் கதைகளில் ஒரு கதை இந்த உளவியல் உண்மையை நமக்குப் பளிச்சென்று எடுத்துக் காட்டுகிறது. ஒருவன் புதிதாக ஒரு மோதிரம் வாங்கியிருக்கிறான், அதை விரல்களிலே அணிந்து கொண்டான், அந்த விரல்களிலே அணிந்து கொண்டதற்குப் பிறகு அதை மற்றவர்கள் எல்லாம் பார்க்க வேண்டும், பாராட்ட வேண்டும் என அவனுக்கு ஒரு ஆர்வம் வருகிறது. அந்தக் கிராமம் முழுவதையும் அவன் சுற்றி வந்து விட்டான். பார்க்கிறவர்களிடமெல்லாம் கையை நீட்டி நீட்டிப் பேசுகிறான். இந்த மோதிரம் எப்படி இருக்கிறது என்று அவர்களிடத்திலே கேட்க அவனுக்கு மனமில்லை, அவர்களாய்ப் பார்த்துச் சொல்லவேண்டும் என்று அவன் விரும்புகிறான். பார்த்தால் கை கொடுக்கிற பழக்கம் இருந்தாலும்கூட, அன்றைக்கு யாரைப் பார்த்தாலும் வணக்கம் என்று சொல்கிறான். கையைத் தூக்கி வணக்கம் என்கிறான். அந்த மோதிரம் அவர்கள் கண்ணில் படுகிறதா என்பதைப் பார்க்கிறான். கையை ஆட்டி ஆட்டி,

பேசுகிறான். உயர்த்திப் பேசுகிறான், அந்தக் கிராமம் முழுவதையும் சுற்றி வந்த பிறகும் ஒரு பயல்கூட அவனிடத்திலே இந்த மோதிரம் நன்றாக இருக்கிறதென்றோ, புதிதாக இருக்கிற மோதிரம் பற்றியோ ஒருவரும் கேட்கவில்லை. கவனிக்கப்படாத மனிதர்கள் ஆபத்தானவர்களாக ஆகி விடக்கூடும் என்பதற்கு இந்த நாட்டுப்புறக் கதையும் ஒரு உதாரணம்.

அவனுக்குக் கடும் கோபம் வருகிறது. அந்த ஊரிலே இருக்கிற மனிதர்கள் மீதெல்லாம் கோபம் வருகிறது. என்னடா ஒரு மோதிரம் போட்டிருக்கிறோம், அத்தனை பேரோடும் பேசியாயிற்று. ஒருவனும் அதைப்பற்றி பேசவில்லையே என்கிற கோபம். எப்படியாவது திருப்பிப் பார்க்க வைக்க வேண்டும் என்கிற கோபத்தில் அவன் ஒரு முடிவுக்கு வருகிறான். மாலைப்பொழுது மறையும் அந்த அந்திப் பொழுதில் ஒரு வைக்கோல் போரில் மண்எண்ணெயை ஊற்றித் தீ வைத்து விடுகிறான். பற்றி எரிகிறது, ஊரே கவனிக்கிறது. ஊரே திரும்பிப் பார்க்கிறது, ஏதோ நெருப்பு நெருப்பு என்று எல்லோரும் ஓடி வருகிறார்கள். பற்றியெறிகிறது, அடுத்ததாக அடுத்த போருக்குத் தாவும், ஊரே எரிந்து போகப்போகிறது என்கிற அச்சத்தில் எல்லோரும் ஓடி வருகிறார்கள். மணலை எடுத்துக் கொட்டுகிறார்கள், தண்ணீரை எடுத்துக் கொட்டுகிறார்கள். அப்படி எல்லோரும் கொட்டிக் கொண்டிருக்கிற நேரத்தில் தான் மட்டும் சும்மா இருந்தால் பிடிபட்டு விடுவோம் என்கிற அச்சத்தில் இவனும் ஒரு வாளி நீரை எடுத்துக் கொண்டு போகிறான்.

கொட்டி விட்டுத் திரும்ப வந்து ஒரு கூரை வீட்டில் இருக்கிற ஒரு பாட்டியிடம் இன்னொரு வாளி தண்ணீர் கொடு பாட்டி என்று கேட்கிறான். அந்தத் தண்ணீரைக் கொடுக்கிறபோது, அட என்னடா விரலில் மோதிரம் புதுசா மின்னுது, நெருப்பு வெளிச்சத்திலே தகதகவெனத் தெரியுதே என்றாள். அப்போது அவனுக்கு காலையிலே இருந்ததைவிடக் கூடுதலான கோபம் வருகிறது. கோபத்தை அடக்கிக் கொள்ளமுடியாமல் சொல்கிறான், இந்த எழவ அப்பவே கேட்டிருந்தீன்னா வைக்கப்போர் இப்படிப் பற்றி எரியுமா என்று கேட்கிறான். இப்படி ஒரு நாட்டுப்புறக் கதையை கி.ராஜாநாராயணன் அவர்கள் தன் நூலிலே தொகுத்திருக்கிறார். இப்படி நூற்றுக்கணக்கான கதைகள், அது நியாயமில்லை, அந்தக்

கோபத்தை நாம் சரி என்று சொல்ல முடியாது, கூடாது. ஆனால் அவனுடைய கோபம் எப்படி மாறுகிறது என்பதை இந்தக்கதை இப்படி அழகாகக் காட்டுகிறது.

இன்னொன்றையும் நாம் கவனத்தில் வைத்துக் கொள்ளவேண்டும். சிலபேரினுடைய கவனிப்பு இருக்கிறதே அது தவறான கவனிப்பாக இருக்கும். கவனிக்காமலே இருந்திருக்கலாமா என்று தோன்றும். ஒருவனைப் பார்க்கிறபோது, அதுவும் குறிப்பாக மருத்துவமனையிலே ஒருவனைப் பார்க்கும்போது இப்போ, கொஞ்சம் நல்லா இருக்கே என்று சொல்வதுதான் அவனைக் கவனிப்பதாக ஆகும். நம்மில் சிலர், 'என்ன வரவர உடம்பு மோசமாத் தெரியுதே டாக்டர கேட்டியா ஏதாவது ஆபத்து வந்திரப் போகுது... என்று கேட்பதுண்டு. இப்படி ஒருவனைக் கவனிப்பதைவிடச் சும்மாவே இருக்கலாம். அது அவனை மேலும் கீழே தள்ளிவிடும். நீங்கள் ஒருவரைப் பார்க்கும்போது இளமையாய் இருக்கிறீர்களே என்று சொல்லிப் பாருங்கள். இளமையாக இருந்தாலும் இல்லை யென்றாலும் இளமையாக இருக்க வேண்டும் என்ற எண்ணம் இருப்பதால், அது அவனை மகிழ்விக்கும்.

◻

காரல் மார்க்ஸ்

குழந்தை பிறந்தபோது தொட்டில் வாங்குவ தற்கும் எங்களிடம் பணம் இல்லை, இறந்த போது சவப்பெட்டி வாங்குவதற்கும் எங்க ளிடம் காசு இல்லை. உலகத்தின் மிக அறிவார்ந்த செல்வர்களை உருவாக்கிய காரல்மார்க்ஸினுடைய குடும்பம் இப்படி ஒரு வறுமையிலே இருந்திருக்கிறது.

இன்னும் 9 ஆண்டுகள் கடந்தால், காரல் மார்க்ஸ் பிறந்து 200-ஆவது ஆண்டு வந்து சேரும். 1818-ஆவது ஆண்டு மே மாதம் 5-ஆம்தேதி காரல்மார்க்ஸ், இன்றைக்கு ஜெர்மனி என்று அறியப்படுகிற அன்றைய பிரஷ்யா நாட்டில் பிறந்தார். அவர் பிறந்தது மிக ஏழ்மையான குடும்பத்தில் என்று சொல்லமுடியாது. மிகப் பணக்காரக் குடும்பமும் இல்லை. ஆனால் அவரு டைய வாழ்க்கை, ஏழை- பணக்காரன் என்கிற சிந்தனையிலேயே ஒரு புதிய மாற்றத்தை இந்த உலகத்திற்குக் கொண்டு வந்தது. எல்லோரும் உலகத்தை விளக்கிக் கொண்டிருந்த வேளையில், அவர்தான் உலகத்தை மாற்றுவதற்கான சிந்த னையை முதலில் வெளியிட்டார் என்று சொல்ல வேண்டும். அவர் முதலில் சட்டம், வரலாறு, தத்துவம் என்கிற மூன்று துறைகளிலும் பயின்றார். ஒரு பேராசிரியர் ஆக வேண்டும் என்று ஆசைப்பட்டார், வாய்ப்புக் கிடைக்கவில்லை. ஒரு தொடர்வண்டித் துறையில் எழுத்தர் (கிளர்க் என்று சொல்கிறோமே) வேலைக்குப் போனார், உன்னுடைய கையெழுத்து நன்றாக இல்லை.

உன்னை சேர்த்துக் கொள்ளமுடியாது என்று சொல்லிவிட்டார்கள். நல்ல வாய்ப்பாக அப்படிச் சொல்லி விட்டார்கள் என்றும் நாம் கருதலாம். அந்த வேலை கூட அவருக்குக் கிடைக்கவில்லை.

பிறகு பத்திரிகையிலே எழுதினார். ஒரு பத்திரிகைக்கு ஆசிரியராகவே ஆனார். அந்தப் பத்திரிகை புரட்சிகரமான கருத்துக்களை வெளியிடுகிறது என்று சொல்லி அவரை நாடு கடத்த வேண்டும் என்று முடிவெடுத்தார்கள். பொதுவாக நாடு கடத்தப்பட்டவர்கள் உலகத்திலே உண்டு. ஆனால் காரல்மார்க்ஸ் நாடுகள் கடத்தப்பட்டவர் என்றுதான் சொல்லவேண்டும். அவரை பிரான்சு நாடு, நாடு கடத்தியது, அவர் பிறந்த பிரஷ்யா நாடுகடத்தியது. இப்படிப் பல நாடுகள் அவரை நாடு கடத்திக் கொண்டே இருந்தன. கடைசியாக 1849-ஆவது ஆண்டு அவர் லண்டனுக்கு வந்து சேர்ந்தார். இறுதிக் காலம் வரை அவர் லண்டனில்தான் வாழ்ந்தார். லண்டனில்தான் வாழ்ந்தார் என்பதைவிட லண்டனில்தான் அவர் வறுமையில் வாடினார் என்றும் சொல்லலாம். லண்டனில் இருந்துதான் அறிவுக் கதிர்களை உலகெங்கும் பரப்பினார் என்றும் சொல்லலாம்.

லண்டனுக்குச் சென்றிருந்த ஒருவேளையில் நான் உள்ளே நுழைகிறபோது, அந்த நாட்டினுடைய விமான நிலையத்திலே கேட்டார்கள், நீங்கள் இந்த லண்டனிலே எதையெல்லாம் சுற்றிப் பார்க்க விரும்புகிறீர்கள் என்று. பல இடங்கள் இருக்கின்றன என்றேன். அரண்மனையைப் பார்க்க விரும்புகிறீர்களா என்றார்கள், அரண் மனையையும் பார்க்க வேண்டும், ஒரு கல்லறையையும் பார்க்க வேண்டும் என்று சொன்னேன். அது ஹைகேட் என்கிற இடத்திலே இருக்கிற காரல்மாக்ஸினுடைய கல்லறைதான். அந்த இடத்திலே அவருடைய கல்லறை மட்டும் அல்ல, பக்கத்திலே அவருடைய மனைவி ஜென்னியினுடைய கல்லறை, இந்தப் பக்கத்திலே குழந்தை எஸ்தருடைய கல்லறை, இன்னொரு பக்கத்திலே இன்னும் இரண்டு குழந்தைகளினுடைய கல்லறை என்று 5 பேருடைய கல்லறைகள் அந்த இடத்திலே உள்ளன.

லண்டனுக்குப் போய்ச்சேர்ந்த மறு ஆண்டே அவர்கள் தங்கள் முதல் குழந்தையை இழந்து போனார்கள். 1852ஆவது ஆண்டில் இன்னொரு பெண் குழந்தையை இழந்தார்கள். காய்ச்சலிலே

அவதியுற்ற அந்தக் குழந்தைகளை அவர்களாலே காப்பாற்ற முடியவில்லை. ஜென்னிமார்க்ஸ் ஒரு நண்பருக்கு எழுதுகிறார், அந்தக் குழந்தை பிறந்தபோது தொட்டில் வாங்குவதற்கும் எங்களிடம் பணம் இல்லை, இறந்தபோது சவப்பெட்டி வாங்குவதற்கும் எங்களிடம் காசு இல்லை. உலகத்தின் மிக அறிவார்ந்த செல்வர்களை உருவாக்கிய காரல்மார்க்ஸினுடைய குடும்பம் இப்படி ஒரு வறுமையிலே இருந்திருக்கிறது என்பதையும் அந்த வரலாறு சொல்கிறது. மார்க்ஸ் கூட ஒருமுறை சொன்னார், அவரிடம் வேடிக்கையாக இன்னொரு பிறவி ஒன்று இருந்தால் நீங்கள் அதில் என்னவெல்லாம் செய்வீர்கள் என்று கேட்டபோது, இப்போது என்ன செய்து கொண்டிருக்கிறேனோ அதையேதான் திரும்பவும் செய்வேன், திருமணம் செய்து கொள்வதைத் தவிர என்று சொன்னார். திருமணத்திலே அவருக்கு வெறுப்போ அல்லது ஜென்னிமார்க்ஸ் மீது வெறுப்போ இல்லை... தன்னால் ஜென்னியும் பிள்ளைகளும் பட்ட துன்பத்தை எண்ணிப் பார்த்து அவர் அப்படிச் சொல்லியிருக்கக்கூடும். தன்னுடைய மிகுந்த காதலுக்குரிய ஜென்னியைக்கூட, இன்னொரு பிறவி என்று ஒன்று இருக்குமானால், இன்னொரு முறை அவளைத் துன்பப்படுத்த வேண்டாம் என்று கருதித்தான் அவர் அப்படிச் சொல்லியிருக்கக் கூடும்.

தொடக்கத்திலே காரல்மார்க்ஸ் ஹெகல் என்கிற ஒரு தத்துவ ஞானியினுடைய மாணவராக இருந்தார். அவருடைய சிந்தனைகளை ஏற்றுக்கொண்டு தன் கருத்துக்களை வெளிப்படுத்தத் தொடங்கினார். மூன்று துறைகளிலே பட்டம் பெற்றிருந்த காரல் மார்க்ஸ் பொருளாதாரத்துறையிலும் பல நூல்களைக் கற்றார். பொருளாதாரத்துறையில் மிகப்பெரிய நூலான மூலதனத்தைப் பின்னால் அவர் தந்தார். எனவே நான்கு துறைகளிலே வல்லுநராக இருந்த அவர் ஹெகலுடைய மாணவராக இருந்தார். ஹெகல் அடிப்படையில் ஒரு கருத்து முதல்வாதியாக இருந்தார். கருத்து முதல் வாதம் என்றால் ஆன்மிக வாதியாக இருந்தார் என்று நாம் எளிமையாகப் பொருள் கொள்ளலாம்.

ஆனால் பிற்காலத்திலே மார்க்ஸ் அதிலே இருந்து ஒரு பொருள் முதல்வாதியாக மாறினார். பொருள் முதல்வாதம் என்பது ஒரு பகுத்தறிவு வாதம் என்று நாம் கொள்ளலாம். அதற்குக் காரணமாக

இருந்தவர் பாயர்பாக் அவருடைய புத்தகத்தைப் படித்த பிறகுதான் அவர் ஹெகலியனாக இருந்தாலும்கூட, அந்தக் கருத்து முதல்வாதத்தில் இருந்து மாறுபட்டு, ஒரு பொருள் முதல்வாதி என்கிற சிந்தனைக்கு வந்து சேர்ந்தார்.

அவர் பிரான்ஸ் நாட்டிலே முதன் முறையாக எங்கல்சைச் சந்தித்தார். இரண்டு பேருக்கும் இடையிலே இருந்த நட்பு ஆயுட்கால நட்பாக மாறியது. ஏங்கல்ஸ் என்கிற ஒரே ஒரு நண்பன், ஒரே ஒரு மனிதன் இல்லாமல் போயிருந்தால், காரல்மார்க்ஸை வறுமை முன்பாகவே கொன்றிருக்கக்கூடும். எனவே வறுமையிலிருந்து அவரைக் காப்பாற்றிச் சமூகத்துக்கான நன்மைகளைக் கொண்டு வந்து தந்ததில் ஏங்கல்சினுடைய பணி மிகப் பெரியதாக இருந்தது. இரண்டு பேரும் சேர்ந்துதான் 1848-இல் கம்யூனிஸ்ட் அறிக்கையை- பொதுவுடமைக் கட்சியினுடைய அறிக்கையை தந்தார்கள். மார்க்ஸ் ஒரு கடிதத்தில் குறிப்பிடுகிறார், நான் எத்தனையோ துன்பங்களை அனுபவித்திருக்கிறேன், நான் கொஞ்சிய குழந்தைகள் ஒன்றன் பின் ஒன்றாக இறந்து போகிறபோது, துன்பத்தின் ஆழத்தை, அடி ஆழத்தை நான் உணர்கிறேன், ஆனால் இன்னமும்கூட நான் உயிர் வாழவேண்டும் என்று கருதுவது, இந்தச் சமூகத்துக்கு நாம் இரண்டு பேரும் சேர்ந்து செய்கிற கடமைகள் இன்னமும் உள்ளன என்கிற எண்ணமும், அதற்கு உன்னுடைய உதவி கண்டிப்பாக இருக்கும் என்ற இந்த இரண்டும்தான் என்று அவர் எழுதுகிறார்.

□

கீழ்க்காட்டு ஆடு

இந்த மண் நாம் வாழ்கிற... பிறந்த மண்ணாக இருந்தாலும், இந்த மண்ணில் உழைக்க மட்டும்தான் நாம் இருக்கிறோமே தவிர மண்ணின் பலன் எல்லாம் வேறு யாருக் கல்லவோ போய்ச் சேருகிறது

நம் காலத்தைச் சேர்ந்த, குறிப்பிடத்தக்க சிறந்த சிறுகதை எழுத்தாளர்களில் மேலாண்மைப் பொன்னுச்சாமியும் ஒருவர். மனித வாழ்வின் அவலங்களை மண்வாசனையோடு கொண்டு வருவதில் கைதேர்ந்த கலைஞர் என்று அவரைச் சொல்ல வேண்டும். அவருடைய பல கதைகள் நம்முடைய கண்ணில் இருந்து கண்ணீரை வரவழைக்கும் ஆற்றல் உடையன. மக்களின் அன்றாட வாழ்வில் அவர்களின் வறுமையை, பசிக் கோலத்தை, கிராமத்து மக்களினுடைய உழைப்பை, அப்படியே கண்ணில் கொண்டு வந்து காட்டுகிற வல்லமை அவருக்கு உண்டு. அவருடைய கதைகளிலே ஒன்று மண் என்பது. இந்த மண்ணைப் பற்றிய சிந்தனைகள்தான் உலக வரலாற்றில் பல்வேறு கூறுகளாக விரிகின்றன.

மதுரைக்குப் பக்கத்திலே இருக்கிற ஒரு கிராமம். மிகச் சின்னக்கிராமம். காலையிலே எழுந்தவுடன் இலையைப் பறித்து ஆட்டுக்குப் போட்டு விட்டு, பிறகு எருமை மாட்டுக்குக் கொஞ்சம் புல்லைப் போட்டு விட்டு, தேனீரகத்திற்குப் போய் விட்டு வரலாம் என்று கிளம்புகிறான் குருசாமி. காலை நேரத்தில் அந்தத் தேனீர்க் கடையிலே போய் உட்கார்ந்தால், உள்ளூர்ச் செய்தியிலே இருந்து

உலகச் செய்திவரை அனைத்தும் பேசப்படும். பல நாடுகளின் அரசியலே, முடி திருத்தும் கடைகளிலேயும், தேனீரகங்களிலேயும் தான் நடந்திருக்கிறது. தேனீகரங்களிலேதான் எல்லோரும் எல்லா வற்றையும் பேசிக்கொண்டிருப்பார்கள். அந்தத் தேனீர்க் கடைக்குப் போகிறபோது, தேனீர் குடிப்பதாகவும் ஆயிற்று, செய்திகளைத் தெரிந்து கொள்வதாகவும் ஆயிற்று, குருசாமி அந்தக் கடையை நோக்கி நடக்கிறான்.

போகிற வழியில் காலை நேரத்திலேயே ஒரு வீட்டில் கறிக் குழம்பு வைக்கிற மணம் அவன் மூக்கைத் துளைக்கிறது, கோழிக் கறி சமைத்துக்கொண்டிருக்கிறார்கள். அந்த மணம் அவனை அந்த இடத்தை விட்டு அசையாமலேயே நிறுத்தி வைக்கிறது. அவனுக்கு அசைவ உணவு என்றால் ரொம்பவும் பிடிக்கும். அதுவும் அவனுடைய மனைவி கோதை நாச்சியார் சமைக்கிற அந்தக் கறிக் குழம்புக்கு இணையாக உலகத்தில் எதுவுமே படவில்லை. மனைவியே சொல்வாள், இந்தக் கறிக்குழம்பு வைக்கிற அன்னைக்கு மட்டும் அதற்கு என்றே இன்னொரு வயிறு வைத்திருக்கிறீர்களே என்று. அன்றைக்கு மட்டும் அவனுக்கு உணவினுடைய அளவு கண்டிப்பாகக் கூடும். அவனும் சிரித்துக் கொண்டே அப்படித்தான் தோணுது என்று சொல்வான். அரைத்த தேங்காய் போட்டு, அவள் வைக்கிற அந்தக் கறிக்குழம்பினுடைய அந்த சுவை கூடப் பிறகு, அந்த மணமே முதலில் வயிற்றை நிரப்பி விடும் என்கிற அளவுக்கு அவனுடைய மனைவி கோதை நாச்சியார் வைக்கிற குழம்பில் அப்படி ஒரு பற்றுதல். அந்த வாசம் இந்தக் குழம்பிலும் இருக்கிறது என்று நினைத்து அந்த வீட்டைத் தாண்டிப் போகிறபோது, மறுபடியும் அந்த மணம் அவனை இழுக்கிறது. அந்த நினைவுகளோடு அவன் தேனீர்க் கடைக்கு வந்து சேருகிறான்.

வழக்கம்போல் காலை நேரத்திலே அங்கே ஒரு கூட்டம் இருக்கிறது, உள்ளூர்க் கலவரம் பற்றி, பக்கத்து ஊரிலே நடந்த சாதி சண்டையிலே இறந்தவர்களைப் பற்றிய பேச்சிலே அவனும் கலந்து கொள்கிறான். அவனுக்குத் தெரிந்த செய்திகளைச் சொல்லி, தெரியாத செய்திகளை வாங்கி அங்கே ஒரு கலந்துரையாடல் நடந்து கொண்டிருக்கிறது. பேச்சு நடக்கிறபோதே ஒரு பெரியவர் அங்கே நிற்கிற ஒருவனைப் பார்த்து, டேய் வேலையைப் பார்றா? வேளா வேளைக்குச் சாப்பிட்டுவிட்டு சும்மா நிற்கிற அந்தக் கீழ்க்காட்டு

ஆடுமாதிரி என்கிறார். அது என்ன மாமா கீழ்க்காட்டு ஆடு என்று அவன் கேட்கிறான். என்னடா கீழ்க்காட்டு ஆடுன்னா தெரியாதா? என்று அவர் சொல்வதற்குள் வேறு சில அரசியல் செய்திகள், வேறு சில உள்ளூர்ச் செய்திகள் என்று பலவும் அங்கே பேசப்படுகின்றன.

என்னதான் பேசினாலும் இவனுக்கு மறுபடியும் மறுபடியும் அது என்ன கீழ்க்காட்டு ஆடு என்கிற கேள்வி இருக்கிறது. இவனும் பல ஊர்களுக்குப் போயிருக்கிறான். அண்மையிலேகூட அவனுடைய உறவினர் ஒருவர் பக்கத்திலே இருக்கிற கோயிலுக்குப் போய் பொங்கல் வைத்து மொட்டை அடித்து விட்டு வருவதற்காகப் போகிறபோது, குடும்ப சினேகிதன் என்கிற முறையில் இவனையும் அழைத்துக் கொண்டு போனார். அன்றைக்கு அந்த ஆட்டுக் குழம்பு மிக நன்றாக இருந்தது. இருந்தாலும் அவனுக்கு ஒரு சந்தேகம். என்னதான் நன்றாகச் செய்தாலும் நம்முடைய கோதை நாச்சி மாதிரி செய்ய முடியவில்லையே, என்ன காரணம், நம்ம வீட்டில் சாப்பிடுகிற கறிக்குழம்பு மாதிரி வரவில்லையே ஏன் என்கிற எண்ணம் அவனுக்கு அங்கேயும் தோன்றியது. இந்தச் சிந்தனை யிலே இருந்து விடுபட்டு மறுபடியும் அந்த பெரியவரிடத்திலே கேட்கிறான், இன்னும் சொல்லவில்லையே, கீழ்க்காட்டு ஆடுன்னா என்ன மாமா என்று கேட்கிறான்.

ஏலே என்ன இது தெரியாதா, நம்ம ராஜபாளையத்திலே இருந்து சங்கரன் கோவிலுக்கு போகிற பாதை இருக்குது பார்... அதற்கு மேற்கே இருக்கிறதெல்லாம் மேல்காடு, கிழக்குப் பக்கம் இருந்தால் கீழ்க்காடு. எனவே அது மேல்காட்டு ஆடு, இது கீழ்க்காட்டு ஆடு என்று அவர் சொல்கிறார். அப்படியா? அப்படி என்ன கீழ்க்காட்டு ஆட்டுக்குப் பெருமை என்று கேட்கிறான். அது உனக்குத் தெரியாதா? ராஜபாளையம் சந்தையிலேபோய்ப் பார், என்ன இருந்தாலும் கீழ்க்காட்டு ஆட்டுக்கு விலை 40 ரூபாய் கூடுதல்தான். என்ன காரணம் என்று அவன் கேட்கிறான். என்ன காரணம், கீழ்க்காடு கரிசல் மண், கரிசல் மண்ணில் சத்தான கீரைகள் விளையும், அதை சாப்பிடுகிற ஆடு அதனுடைய ஆட்டுக்கறி ருசியாத்தான் இருக்கும் என்கிறார். ஓ! இவ்வளவுதான் செய்தியா?

இந்தக் கரிசல் மண்ணில் விளைகிற இலை, செடி, கொடிகளை சாப்பிடுவதால்தான் இந்த ஆட்டுக்கறி இவ்வளவு ருசியாக இருக்கிறதோ என்று அவனுக்குத் தோன்றியது. பெரியவர்

இன்னொன்றையும் சொல்கிறார், இன்னும் கொஞ்சம் தள்ளிப்போனா விளாத்திகுளம் இருக்கிறது பார், அந்தப் பகுதியைச் சேர்ந்த ஆடுகளுடைய ருசி இன்னமும் அதிகமாக இருக்கும், ஏனென்றால் அதற்கு நெய்க் கரிசல் என்று பெயர். அந்த விளாத்திகுளம் பகுதியிலே இருக்கிற அந்த மண்ணுக்கு நெய்க் கரிசல் மண் என்று பெயர். எனவே அங்கே இருக்கும் ஆடு இன்னும் ருசியாக இருக்கும் என்று சொல்கிறார்.

அவனுக்குச் சட்டென்று வேடிக்கையாய் ஒரு நினைவு வருகிறது. அவன் வீட்டில் ஒரு பூனை வளர்த்தான், எலிகளை எல்லாம் தின்று கொண்டிருக்கும், ஒரு கட்டத்திலே பூனை குழம்புச் சட்டியை யெல்லாம் உருட்ட ஆரம்பித்து விட்டது. துணையாக இருப்பதற்குப் பதிலாகத் தொல்லையாக மாறிவிட்டது. எனவே மைலேரி என்கிற அந்த ஊரிலே இருக்கிறவனை அழைத்து, இந்தப் பூனையைக் குத்தி விடு என்று சொன்னான். பூனையை அவன் சாகடித்து விட்டான். சாகடித்ததோடு அல்லாமல் மைலேரி சொன்னான், நீ பூனைக்கறி சாப்பிட்டதில்லையே அதிலே இருக்கிற சுவை வேறெதிலேயும் வராது என்றான். அப்படியா, அவனுக்கு அதையும் சாப்பிட்டு விடலாம் என்கிற ஆசை. நண்பர்களையெல்லாம் அழைத்தான், நான்கு, ஐந்து பேர்கள்தான் தேறினார்கள். ஆனால் அந்தப் பூனைக்கறியை சாப்பிட்ட மூன்று நாட்களுக்கு எதைப் பார்த்தாலும் குமட்டிக்கொண்டு வருகிறது. ஆட்டுக்கறி சாப்பிடுகிறபோது, கோழிக்கறி சாப்பிடுகிறபோது பூனைக்கறி மட்டும் என்ன? ஆனால் மனத்திற்கு ஒன்று பிடிக்கிறது, இன்னொன்று தொடர் பில்லாமலும் அருவருப்பாகவும் ஆகிப்போகிறது. எல்லாம் மனம் சார்ந்ததாக இருக்கிறது.

இதுதான் நம்முடைய கறிக்குழம்புக்கு இருக்கிற ருசிக்கு காரணமா என்ன, என்று நினைத்துப் பெரியவரைப் பார்த்து அப்படியானால் எந்த மண்ணில் வளர்கிறதோ, அந்த மண்ணைப் பொறுத்துத்தான் அந்த விலங்குகளுக்குச் சுவை வருகிறதா என்று கேட்கிறான். ஆமாடா என்று அவர் சொல்கிறார். அப்படின்னா நம்ம மண் அருமையான மண்ணுண்ணு சொல்லுங்க என்பான். மண் நல்லா இருந்து என்னடா பிரயோஜனம், மண்ண வெச்சி நாக்கா வழிக்க முடியும். நிலம் நமக்குச் சொந்தமில்லையே, மண்ணை யாரோ பற்றிக் கொண்டார்கள், அது யாருக்கோ சொந்தமாக

சுப. வீரபாண்டியன் 65

இருக்கிறது, இந்த மண் நாம் வாழ்கிற... பிறந்த மண்ணாக இருந்தாலும், இந்த மண்ணில் உழைக்க மட்டும்தான் நாம் இருக்கிறோமே தவிர மண்ணின் பலன் எல்லாம் வேறு யாருக்கல்லவோ போய்ச் சேருகிறது என்று பெரியவர் ஆதங்கப்படுவார். கதை முடிகிறது.

அழகான பொதுவுடமைச் சிந்தனையை உள்ளடக்கிய ஒரு கதையாக இது இருக்கிறது. இன்றைக்கு நாம் இன்னொன்றையும் எண்ணிப் பார்த்தால், மண்ணுக்குக் கீழே இருக்கிற தண்ணீர்கூட நமக்குச் சொந்தமாக இல்லாமல், அதையும் வெளிநாட்டிலிருந்து வருகிறவர்கள் எடுத்துக் கொண்டு போய்விடுகின்றனர். நம்முடைய நிலத்தடி நீர்கூட மாறிக் கொண்டிருக்கிறது. எனவே மண்ணும், மண்ணின் அடியில் இருக்கிற நீரும்தான் நம் வாழ்க்கையை தீர்மானிக்கின்றன என்பதை இந்தச் சிறுகதை நமக்கு அழகாய்ச் சொல்கிறது.

தென்றலும், வாடையும்

தென்றலை நம்மால் ரசிக்க முடிகிறது. புயலைப் பார்த்து அச்சப்பட வேண்டித்தான் இருக்கிறது.

கோடையில் வெப்பம் கொளுத்தினாலும், சென்னை, கடலூர், தூத்துக்குடி போன்ற கடலோர நகரங்களில், மாலை நேரத்திலே ஒரு கடல் காற்று வீசும். அது இதமாக இருக்கும். காற்றில் அது என்ன கடல் காற்று, நிலக்காற்று என்று ஒரு கேள்வி வருகிறது. இது மட்டுமல்ல, காற்றிலே ஏராளமான வகைகள் இருக்கின்றன. காற்றைக் குறிப்பதற்குத் தமிழில் பல்வேறு சொற்கள் இருக்கின்றன. எல்லாச் சொல்லும் பொருளுடையன, தென்றல் என்றால் பொருள் வேறு, வாடை என்றால் பொருள் வேறு, கோடைக்காற்று என்பது வேறு, கொண்டல் என்பது வேறு, பருவக் காற்று வேறு, சுழற் காற்று வேறு. அதைப்போலவே நிலக்காற்று வேறு, கடல்காற்று வேறு. இப்படிப் பல்வேறு காற்றுகள் நம்மிடத்திலே இருக்கின்றன. ஆங்கிலத்திலேகூட ஏர் என்பது வேறு, விண்ட் என்பது வேறு என்று அவர்கள் கூறுகின்றனர். எல்லா இடத்திலேயும் காற்று இருக்கிறது. காற்று இல்லாத இடம் உலகத்திலே இல்லை. ஆனால் அந்தக் காற்று அசைகிற போதுதான், காற்று அடிக்கிறது என்று சொல்கிறோம். அதைத்தான் ஆங்கிலத்திலே விண்ட் என்கிறார்கள், நிலையாக இருக்கிற காற்றை ஏர் என்றும், அசைகிறபோது அதை விண்ட் என்றும் சொல்கிறார்கள்.

இந்தக் காற்று அசைகிறபோது இருக்கிற வேகம் இருக்கிறதே, அது இதமாக இருந்தால் தென்றல். நாம் தென்றலை நோக்கி ஓடுகிறோம், புயல் வந்தால் அதைக்கண்டு வீட்டுக்குள் வருகிறோம். இரண்டும் காற்றுதான், ஆனால் தென்றலை நம்மால் ரசிக்க முடிகிறது. புயலைப் பார்த்து அச்சப்பட வேண்டித்தான் இருக்கிறது. இந்தத் தென்றல் என்பது என்ன? அந்தப் புயல் என்பது என்ன? என்பதையெல்லாம் கவித்துவமாக அல்ல, அறிவியல் அடிப்படையிலே நாம் அறிந்து கொண்டாக வேண்டும்.

இந்தக் கடல் காற்று, நிலக்காற்று என்பதெல்லாம் காற்றின் அழுத்தம் தொடர்பானது. எல்லா இடத்திலேயும் காற்று இருக்கிறதே தவிர... எல்லா இடத்திலேயும் காற்றினுடைய அழுத்தம் ஒரே மாதிரியாக இல்லை. வெவ்வேறு விதமான அழுத்தம். சில இடங்களில் கூடுதல் அழுத்தம் இருக்கிறது... அடர்த்தியாய் இருக்கிறது. சில இடங்களில் காற்று அழுத்தம் குறைவாக, லேசாக இருக்கிறது. எல்லா இடத்திலேயும் சமமான அழுத்தம் இருக்குமானால், காற்று ஓட்டமே இருக்காது, அசைவே இருக்காது. அழுத்தம் வேறுபடுவதாலே தான், எங்கே காற்று அழுத்தம் குறைவாக இருக்கிறதோ அங்கே, அதிகமான இடத்திலே இருந்து காற்று அதை நோக்கி நகர்கிறது. இயல்பாகவே வெற்றிடத்தைக் காற்று நிரப்பும் என்பது விஞ்ஞான விதி. அதை மாற்ற முடியாது.

ஏன் காற்று மேலே போகிறது என்று ஒரு கேள்வி. வெப்பம் ஒவ்வொரு இடத்துக்கும் வேறுபடுகிறது. ஒரே மாதிரியாக இருந்தால்கூட நீர் இருக்கிற இடத்தைக் காட்டிலும் நிலம் இருக்கிற இடம் விரைவாக வெப்பம் அடைகிறது. ஒரே நேரத்திலே கோடையிலே வெயில் கொளுத்துகிறது. ஆனால் மளமளவென நிலம் வெப்பத்தை ஏற்றுக் கொள்வதைப்போல், நீர் அவ்வளவு எளிதாக ஏற்பதில்லை. நீரில் மெல்லமெல்லத்தான் சூடு ஏறும். நிலத்திலே வேகமாகச் சூடு ஏறுகிறபோது, அந்தக் காற்று லேசாக ஆகி மேலே பறக்க ஆரம்பித்து விடுகிறது. நிலத்தில் இருக்கிற காற்றெல்லாம் மேலே போன பிறகு, கடல் இன்னமும் குளிர்ச்சியாக இருக்கிறது. அந்தளவுக்கு வெப்பம் வரவில்லை. எனவே அது இன்னமும் மேலே போகவில்லை. நிலத்திலே இருக்கிற காற்று மேலே போன, உடனே கடலிலே இருக்கிற காற்று நிலத்தை நோக்கி வீசுகிறது அதுதான் கடல் காற்று. மாலை நேரத்திலே கடல் காற்று

வீசுகிறது என்பதற்குக் காரணம், நிலத்திலே இருந்த காற்றெல்லாம் வெப்பமாகி மேலே பறந்ததற்குப் பிறகு, கடலிலே இருக்கிற காற்று இந்த வெற்றிடத்தை நிரப்புவதற்காக வருகிறது.

இரவிலே இது அப்படியே மாறி நிகழ்கிறது. பூமிதான் முதலில் குளிர்கிறது, கடலைக் காட்டிலும். கடலிலே கொஞ்சம் கூடுதல் வெப்பம் இருக்கிறபோது கடலில் இருக்கிற காற்று மேலே போகிறது. நிலத்தில் இருக்கிற காற்று கடலை நோக்கிப் போகிறது, அது நிலக்காற்று.

எனவே நாம் ஒன்றைக் கவனித்துப் பார்க்கலாம். மாலை நேரத்திலே கிழக்கிலிருந்து மேற்காகக் காற்று வீசும், இரவு நேரத்தில் மேற்கிலிருந்து கிழக்காகக் காற்று வீசும். மேற்கிலிருந்து கிழக்காக வீசினால் அது நிலக்காற்று, கிழக்கிலிருந்து மேற்காக வந்தால் அது கடல் காற்று. நாம் திசைகளை வைத்தே பெயர்களை வைத்திருக் கிறோம். கிழக்கிலே இருந்து வீசுகிற காற்றுக்கு கொண்டல் என்று பெயர், தெற்கிலே இருந்து வருகிற காற்று இருக்கிறதே அதற்குத் தென்றல் என்று பெயர். வடக்கிலே இருந்து வருகிற காற்றுக்கு வாடை என்று பெயர்.

கிழக்கிலும் மேற்கிலும் காற்றோட்டம் எப்படித் நிகழ்கிறது என்பதை நாம் பார்த்தோம். தெற்கு வடக்காகவும், வடக்குத் தெற்காகவும் எப்படி நிகழ்கிறது என்று பார்க்கலாம். பூமத்தியரேகை என்று நாம் சொல்லிப் பழகி இருக்கிறோமே அந்த நில நடுக்கோட்டின் அருகிலே இருக்கிற பகுதிகளில் கூடுதலாக வெப்பம் பரவும். அதற்குப் பிறகு மேலே போகப்போக வெப்பத்தின் அளவு குறைந்து அந்த தேசங்கள் குளிராக இருக்கும். வடக்கின் எல்லையிலே இருக்கிற நார்வேயினுடைய வடக்குப்பகுதி மனிதர்களே வாழ முடியாத அளவுக்குக் குளிர் கொண்டதாக இருக்கிறது. நில நடுக்கோட்டைச் சுற்றி இருக்கிற பகுதிகளில் வெப்பம் கூடக் கூட அங்கே காற்று லேசாகி அது மேலே போகிறது. எந்த அளவுக்கு மேற்பகுதியிலே காற்று இருக்கிறது என்பதை ஆய்வாளர்கள் கண்டுபிடித்து இருக்கிறார்கள். நேராக மேலே போனால் 7 மைல் தூரம் காற்று இதே அளவுக்கு அடர்த்தியாக இருக்கிறது. 7 மைலிலிருந்து 60 மைல் வரைக்கும் இன்னொரு பகுதி. 60 மைலிலிருந்து 120 மைல் வரைக்கும் மேற்பகுதி. அந்த

60லிருந்து 120 மைலுக்குப் போகிறபோது, பெரும் பாலும் காற்று என்பது மிக லேசாக ஆகி விடுகிறது. நம்முடைய சுவாசத்திற்குப் போதுமானதாக இல்லை. அதனாலேதான் மலை ஏறுகிறபோது, பலபேருக்கு மூச்சுத் திணறுகிறது. மாரடைப்பு வருவதற்கெல்லாம் காரணம், மேலே போகப்போகக் காற்றினுடைய அடர்த்தி குறைந்து போவதுதான். 120 மைல்களையும் தாண்டி மேலே போனால், காற்று இல்லாத விண்வெளிக்குப் போய்ச் சேருகிறோம்.

கடல் மட்டத்திலிருந்து 7 மைல் உயரத்திற்கு காற்று அடர்த்தியாக இருக்கிறது. நமக்கு சுவாசிப்பதற்குப் போதுமான அளவு இருக்கிறது. அதிலும் வேதியியல் அடிப்படையில் பார்க்கும்போது காற்றிலே பல்வேறு விதமான காற்றுகள் இருக்கின்றன. உயிர்க் காற்று பிராணவாயு ஆக்சிஜன் என்று சொல்கிறோமே அது வேறு, வெடிஉப்புக்காற்று என்று சொல்கிற நைட்ரஜன் வேறு, கரியமில வாயு என்கிற கார்பன்டை ஆக்சைடு வேறு. இப்படிப் பல்வேறு வகைகள் இருக்கின்றன. இவற்றின் கலவைகளில் நாம் சுவாசத்திற்கு உரியது 7 மைலுக்கு உள்ளாக இருக்கிற இடம் எங்கும் பரவி இருக்கிறது, எப்போதும் காற்று நம்மோடு இருக்கிறது.

□

நாகம்மையார் மரணம்

ஒருபெண்ணை நான் எப்படிப் பார்த்திருக்க வேண்டுமோ, பாராட்டி இருக்க வேண்டுமோ, எப்படிப் பாதுகாத்திருக்க வேண்டுமோ அப்படியெல்லாம் நான் செய்யவில்லை.

சில வேளைகளில் இரங்கல் செய்திகளேகூட ஈடு இணையற்ற இலக்கியங்களாகி விடும். 1933ஆவது ஆண்டு மே மாதம் 11ஆம் நாள் தன் மனைவி நாகம்மையாரை இழந்து, தந்தை பெரியார் அவர்கள் கொடுத்த இரங்கல் செய்தி இருக்கிறதே, அது இன்றைக்கும் ஓர் உயர்ந்த இலக்கியமாகத்தான் கருதப்படுகிறது. இது மகிழ்ச்சியா? துக்கமா? என்று எனக்குச் சொல்ல முடியவில்லை என்று அவர் தொடங்குகிறார். யாராவது மனைவி இறந்து போனபோது அதை மகிழ்ச்சியா, துக்கமா என்று சிந்திப்பார்களா? மனைவி இறந்து போவது உலகிலேயே மிகப்பெரிய துக்கம்தான். அதில் என்ன மகிழ்ச்சி இருக்கிறது என்று கேட்டால், அதற்கான விடையையும் தந்தை பெரியார் தன்னுடைய இரங்கல் செய்தியிலே குறிப்பிடுகிறார்.

நாகம்மையார் மீது அவர் மிகுந்த அன்பும் காதலும் கொண்டிருந்தார் என்பதை அந்த இரங்கல் செய்தியினுடைய முதல் வரியே நமக்குச் சொல்கிறது. என் அருமைத் துணைவி, ஆருயிர்க் காதலி நாகம்மையார் இந்தத் தேதியில் இறந்து போய்விட்டார் என்றுதான் தொடங்குகிறார். ஒரு அருமை மனைவியை, ஆருயிர்க் காதலியை 35 ஆண்டு கால மணவாழ்க்கைக்குப் பிறகு

பறிகொடுத்த ஒரு மனிதர் இது எனக்கு மகிழ்ச்சியா, துன்பமா என்று ஏன் கேட்கிறார்? அதற்கு அவர் மிக நியாயமான காரணங்களைச் சொல்கிறார், நான் ஒரு தொண்டனை இழந்தேன் என்பதா? என் அடிமையை இழந்தேன் என்பதா? என் ஆதரவாளனை இழந்தேன் என்பதா? என் அன்பு மனைவியை இழந்தேன் என்பதா? எப்படிச் சொல்வது, எல்லாமுமாக நாகம்மையார் இருந்தார் என்று அவர் குறிப்பிடுகிறார். ஆனாலும்கூட தன்னுடைய குற்ற உணர்வை தந்தை பெரியார் அங்கே வெளிப்படுத்துகிறார். உலகத்துக்கெல்லாம் பெண் விடுதலை பற்றிப் பேசுகிறவன் நான், ஆனால் நாகம்மை யாருக்கு அந்த விடுதலையைக் கொடுத்திருந்தேன் என்று, நான் பேசியதில் நூற்றில் ஒரு பங்குகூட உரிமையை நான் கொடுத்தேன் என்று சொல்ல முடியாது. என்னால் அவர் பட்ட துன்பங்கள்தான் மிகுதி. நான் மைனராக, காலியாக இருந்தபோதும் அவரைக் கவனிக்கவில்லை. நல்ல மனிதனாக மாறிப் பொதுத் தொண்டில் ஈடுபட்ட பிறகும் அவரை நான் கவனிக்கவில்லை. எந்த நேரத்திலும் பொதுத்தொண்டு என்பதிலே இருந்தேன், நான் எப்போதும் அவரைக் கவனிக்கவில்லை.

எனவே ஒருபெண்ணை நான் எப்படிப் பார்த்திருக்க வேண் டுமோ, பாராட்டி இருக்க வேண்டுமோ, எப்படிப் பாதுகாத்திருக்க வேண்டுமோ அப்படியெல்லாம் நான் செய்யவில்லை. ஆனாலும் என் செய்கைகளுக்கு நியாயம் கற்பித்துக்கொள்ள ஒரே ஒரு சின்னச் சமாதானம் இருக்கிறது. நான் பிற்காலத்தில் என் வாழ்க்கை முழுவதையும் பொதுவாழ்க்கைக்காகத்தான் செலவழித்து இருக்கிறேன், மற்றவர்களினுடைய நன்மைக்காக சமூக அக்கறையோடு செய்திருக்கிறேன் என்பது மட்டும்தான் ஒரு சின்னச் சமாதானம் என்று சொல்லலாம்.

48 வயதிலே நாகம்மையார் இறந்து போய்விட்டார். அப்போதும் பெரியார் சொல்கிறார், 48 வயது என்பது ஒரு அகால மரணம் என்று சொல்ல முடியாது, இன்றைக்கு 48 வயது என்பது சராசரி வயதை விடக் குறைவு என்பதை நாம் அறிவோம். ஆனால் 1933-ஆவது ஆண்டில் இந்தியாவிலே ஒரு சராசரி மனிதனுடைய ஆயுள் 23½ ஆண்டுகள்தான். எனவே சராசரி ஆயுளைவிட இரண்டு மடங்கு கூடுதலாகத்தான் வாழ்ந்து விட்டார் அதிலே ஒன்றும் குறையில்லை என்று சொல்லிவிட்டு, அவர் வாழ்ந்த காலத்திலே மகிழ்ச்சியாக

வாழவில்லை. இப்போது இறந்து போனதுகூட அவருக்கு என்னைப்பற்றி இருந்த கவலையால்தான் என்று சொல்லவேண்டும் என்கிறார். நான் சோவியத்துக்குப் போயிருக்கிற நேரத்தில் எனக்கு என்ன நேருமோ? இனி என்னுடைய வாழ்க்கையில் கொண்டு வருகிற திட்டங்களால் என்னென்ன துன்பங்களையெல்லாம் நான் சந்திக்க நேருமோ என்று அவர் கவலைப்பட்டுக் கவலைப் பட்டுத்தான் தன்னுடைய வாழ்க்கையை, தன்னுடைய உயிரை மாய்த்துக் கொண்டார். ஒருவேளை உயிரோடு இருந்திருந்தால் இன்னமும் அவருக்குத் துன்பம்தான் மிச்சமாக இருந்திருக்கும். அந்தத் துன்பங்களிலே இருந்தெல்லாம் அவர் விடுதலை பெற்றிருக்கிறார் இல்லையா? எனவே அதில் ஒரு மகிழ்ச்சி இருக்கிறது.

அது மட்டுமல்லாமல், எனக்குப் பின்னால் வாழ்ந்து இந்தத் துன்பங்களை அவர் அனுபவிக்காமல் எனக்கு முன்பாகவே அவர் போய் விட்டது ஒரு விதத்தில் அவருக்கு நல்லது, எனவே அதுவும் ஒரு மகிழ்ச்சிதான். அது மட்டுமல்லாமல், இனிமேல் எனக்குக் குடும்பத் தொல்லை என்பதும் ஒழிந்துபோய் விட்டது. நான் குடும்பத்தைப் பார்க்கவில்லையே என்கிற குற்ற உணர்வும் போய் விட்டது. முழுநேரமாக நான் சமூகத் தொண்டுக்கு என்னை அர்ப்பணித்துக் கொள்ளலாம், அந்த விதத்திலேயும் இது மகிழ்ச்சிதான் என்று சொல்கிறார்.

மனைவி இறந்து போயிருக்கிற நேரத்தில் முழுமையாகத் தன்னை அர்ப்பணித்துக் கொள்வதற்கு, கொஞ்சமாக இருந்த குடும்பத் தொல்லையும் இல்லாமல் போய் விட்டதே, அது மகிழ்ச்சிதான் என்று சொல்கிற மனநிலை பெரியாரைத் தவிர வேறு யாருக்கு வரும் என்று எண்ணிப்பார்க்க வேண்டியிருக்கிறது. அதிலும் அவர் சொல்கிறார், இனி என் வாழ்நாள் முழுவதும் ஒரு சஞ்சாரத்திலேயே இருக்க வேண்டும் என்று ஆசைப்படுகிறேன். அதாவது பயணத்திலேயே ஒரு நாடோடியைப்போல எந்த ஊரிலும் நிரந்தரமாகத் தங்கக்கூடாது. இதுதான் என் வீடு என்று ஆணி அடித்து இருந்து விடக்கூடாது. போய்க்கொண்டே இருக்க வேண்டும் ஒரு நாடோடியைப்போல.

அவருடைய சொல்லிலே சொல்ல வேண்டுமானால், சஞ்சாரத்திலே இருப்பதற்கும்கூட நாகம்மையார் இருந்தால்

அவருக்கும் தொல்லை, எனக்கும் தொல்லை. எனவே என் விருப்பப்படி இந்த மக்களுக்காக, இந்த நாட்டுக்காக என்னை முழுமையாக அர்ப்பணித்துக் கொண்டு வேலை செய்வதற்கும் இது இப்போதும் உதவியாய்த்தான் இருக்கிறது. அப்படியெல்லாம் பெரியார் சொல்வது, ஒரு அழகுக்காக, தன்னை மேன்மைப்படுத்திக் கொள்வதற்காக என்று யாரும் கருதிவிட முடியாது, ஏனென்றால் எதைச் சொன்னாரோ அதைச் செய்தவர்தான் பெரியார். தன்னுடைய அருமை மனைவியை, ஆருயிர்க் காதலியை இழந்த மறுநாள், கிறிஸ்துவ முறைப்படி நடந்த ஒரு திருமணம் தடை செய்யப்பட்டு சுயமரியாதைத் திருமணமாக நடைபெற முடியாத கட்டத்திலே, அந்தப் போராட்டத்திலேபோய்க் கலந்து கொண்டு மறுநாளே திருச்சியில் பெரியார் கைதானார் என்பது உண்மையான ஒரு நிகழ்வு. அதாவது மே மாதம் 12ஆம் தேதி திருச்சியிலே நடைபெற்ற ஒரு போராட்டத்தில் ஈடுபட்டு கைது செய்யப்பட்டார்.

எனவே, பெரியார் எழுதி வைத்துவிட்டுப் போயிருப்பது வெறும் இரங்கல் கடிதம் அன்று; அது காலத்தின் கல்வெட்டு! ◻

புறம் காட்டும் பண்பாட்டு மயக்கம்

மிகப்பெரிய, ஆழமான அறிவியல் சிந்தனை மிகுந்திருந்த அதே காலத்தில்தான் புராண இதிகாச நம்பிக்கைகளும் உள்ளே வந்திருக்கின்றன என்பதை நம்மாலே விளங்கிக் கொள்ள முடிகிறது.

புறநானூற்றில் பெருஞ்சோற்றுதியன் சேரலாதனைப் பற்றி உரைஞ்சியூர் முடிநாகனார் என்கிற ஒரு புலவர் எழுதியிருக்கிற பாடல் நம்முடைய சிந்தனையை தூண்டுவதாக இருக்கிறது. சங்க காலத்தில் அதாவது இரண்டாயிரம் ஆண்டுகளுக்கு முன்பு மக்களினுடைய வாழ்க்கை எத்தன்மையதாக இருந்தது, அறிவியலின் தாக்கம் எவ்வளவு, புராண இதிகாசங்களின் நுழைவு எப்போது, இரண்டும் சங்கமிக்கிற அந்த இடம் எது என்பதை அந்தப் பாட்டு நமக்குக் காட்டுகிறது. அந்தப் பாடலின் தொடக்கம் ஒரு மிகப்பெரிய அறிவியல் செய்தியை நமக்குச் சொல்கிறது.

மண் திணிந்த நிலனும்
நிலனேந்திய விசும்பும்
விசும்பு தைவரு வளியும்
வளித் தலைஇய தீயும்
தீ முரணிய நீரும்

என்று அந்தப் பாட்டுத் தொடங்குகிறது.

ஒரு அறிவியல் உண்மையை இந்தப் பாடல் மிக எளிதாகச் சொல்கிறது. மண் திணிந்த நிலம் - இந்த மண்ணால் ஆகிய நிலமும், நிலத்தின் மேலே இருக்கிற வானமும், வானத்தில் வலம் வருகிற காற்றும், காற்றிலிருந்து பிறக்கிற தீயும், தீயை

அணைக்கும் நீரும் போன்ற இயற்கைக் குணமுடையவனே என்ற அந்த பெருஞ்சோற்றுதியனைப் பார்த்து இந்தப் புலவர் பாடுகிறார். இந்த ஐந்து குணங்களும் ஒரு மன்னனுக்கு எப்படிப் பொருந்தும் என்பதையும் அடுத்த வரி எடுத்துச் சொல்கிறது. எதிரிகளைப் பொறுத்துக் கொள்வதிலே நீ நிலம் போன்றவன், சூழ்ச்சியின் அகலத்திலே வானம் போன்றவன். காற்றைப்போல வலிமை யுடையவன், நெருப்பைப்போல் எரிக்கக்கூடியவன், எதிரி களிடமும் நீரைப்போல கருணை காட்டக்கூடியவன். இந்த ஐம்பூதங்களைப்போலக் குணமுடையவனே என்று சொல்கிற போது, இந்த உலகம் இந்த ஐந்து பூதங்களால் ஆனது என்கிற அறிவியல் உண்மையும் இந்தப் பாட்டிலே பதிவாகிறது.

உலகம் கடவுளால் படைக்கப்பட்டது என்கிற புராண நம்பிக்கைகளைத்தாண்டி இந்த உலகம் என்பது ஐம்பூதங்களால் ஆனது என்னும் தொல்காப்பியக் கூற்றை இந்தப் புறநாநூற்றுப்பாடல் மறுபடியும் உறுதி செய்கிறது, நிலம், காற்று, நீர், நெருப்பு, வெளி என்கிற ஐம்பூதங்களால் ஆன இந்த உலகத்தை, மன்னனுக்கு உவமையாக்கி, ஒரு அருமையான செய்தியைச் சொல்கிற இந்தப் பாட்டைப் படித்துக் கொண்டே போகிறபோது, புராணச் செய்திகளையும் அதே பாட்டில் நம்மாலே பார்க்க முடிகிறது. பாண்டவர்களுக்கும் துரியோதனர்களுக்கும் நடந்த சண்டை பற்றிய செய்திகளும் இந்தப் பாட்டிலே வருகின்றன.

இந்த மன்னனுக்கு பெயரே பெருங்சோற்றுதியன். பெயர் வந்ததற்குக் காரணமே இரண்டு படைகளுக்கும் - பாண்டவர் படைகளுக்கும், கவுரவர் படைகளுக்கும் வரையரை இல்லாமல் பெருஞ் சோற்றை வடித்துக் கொட்டியவன் என்பதுதான். எனவேதான் அவனுக்குப் பெருஞ்சோற்றுதியன் சேரலாதன் என்று பெயர்.

பாண்டவர்களுக்கும், கவுரவர்களுக்கும் நடந்த யுத்தம் தமிழ்நாட்டு எல்லைக்குள் நடந்திருக்க வாய்ப்பில்லை. எனவே அவர்கள் இரண்டு படையினருக்கும் பெரும் சோறு வடித்துக் கொட்டியவன் என்று இந்த மன்னனைப் பார்த்துக் கூறும் இவருக்கு இருக்கிற குறிப்பு ஒரு வரலாற்றுக் குறிப்பாக இல்லை. அந்த மன்னனைப் பெரிய அளவிலே பாராட்டிச் சொல்லவேண்டும் என்பதற்காகக் குறிப்பிடப்பட்ட வரியாக மட்டுமே இருக்கிறது.

கவுரவர்களுக்கும் பாண்டவர்களுக்கும் யுத்தம் நடந்த காலம் என்ன சங்க காலம் எப்போது என்பதை ஒப்பிட்டுப் பார்க்கலாம். அவர்களுக்குள் யுத்தம் நடந்ததா? யுத்தம் நடந்த காலம் எத்தனை ஆண்டுகளுக்கு முன்னால் என்பதை ஒப்பிட்டுப் பார்த்தால் இதற்கும் அதற்கும் தொடர்பு இல்லாமலேயே இருக்கிறது.

ஒரு மிகப்பெரிய, ஆழமான அறிவியல் சிந்தனை மிகுந்திருந்த அதே காலத்தில்தான் புராண இதிகாச நம்பிக்கைகளும் உள்ளே வந்திருக்கின்றன என்பதை நம்மாலே விளங்கிக் கொள்ள முடிகிறது. அதே பாட்டினுடைய இறுதிப் பகுதியில் நீ இமயமலை போல ஓங்கி நிற்க வேண்டும் என்று சொல்ல வருகிற புலவர், இமய மலையின் சிறப்பைச் சொல்கிறபோது, இந்த அந்தணர்கள் வளர்க்கிற வேள்வியைப் பார்த்து, பயந்து போகிற மான்களைக் கொண்ட மலை என்று சொல்கிறார். எனவே அந்தணர்கள் உள்ளே வந்து, வேள்வி வளர்க்கத் தொடங்கிய காலமாகவும் அது ஆகி விட்டது என்பதை நம்மாலே புரிந்து கொள்ள முடிகிறது. வேள்வி என்பது, அது 2500 ஆண்டுகளுக்கு முன்பு, தமிழ்நாட்டு வரலாற்றில் எந்த இடத்திலேயும் நாம் பார்க்க முடியாத ஒரு பண்பாட்டுக் கூறு. இந்த வேள்வி வளர்த்து வணங்குகிற இந்தப் பழக்கம், நிலத்தை வணங்கிக் கொண்டிருந்த தன்மை பெற்ற, மண்ணை வணங்கிக் கொண்டிருந்த, தமிழ் மக்கள் வாழ்வில் நெருப்பை வணங்குகிற கலாச்சாரம் என்பதே ஒரு 2000 ஆண்டுகளுக்கு முன்பு வந்த ஒன்றுதான்.

எனவே இந்தச் சங்ககாலம் என்பது, இரண்டு விதமான பண்பாடுகளினுடைய சங்கமமாக- இரண்டும் மருவும் ஒரு காலகட்டமாக இருந்திருக்க வேண்டும். ஒரு அறிவியல் உண்மையோடு ஒரு பாட்டுத் தொடங்கி, ஒரு புராண இதிகாசச் செய்தியோடு கலந்து முடிகிறது. 2000 ஆண்டுகளுக்கு முன்னால் மக்களின் வாழ்வில் எந்த விதமான பண்பாடுகளெல்லாம் மயங்கிக் கிடந்தன என்பதை அறிவதற்கான ஒரு வரலாற்றுச் சான்றாகவும் இப்பாடல் அமைந்துள்ளது.

◻

பாண்டவர்களுக்காகக் கண்ணன்

தங்களுக்கு உரிமை இல்லாத காரணத்தினாலே தான் அவர்கள் கிடைத்த வரையில் போதும் என்கிற அடிப்படையில் ஐந்து நாடாவது, ஐந்து ஊராவது, ஐந்து வீடாவது கேட்டிருப்பார்களோ என்கிற எண்ணம் நமக்கு வருகிறது.

பள்ளிக்கூடப் பருவத்தில் இருந்தே நமக்கு ராமாயாணமும் மகாபாரதமும் சொல்லித் தரப்படுகின்றன. பள்ளியில் படிக்கிறபோது மகாபாரதத்தில் எனக்கு ஒரு ஐயம் எழுந்தது. அதை நான் அப்போது ஆசிரியர்களிடத்தில் கேட்ட நேரத்தில், என்ன இருக்கிறதோ அதைப் படித்துப் பரீட்சை எழுது. இதெல்லாம் உனக்கு வேண்டாத வேலை என்று சொல்லிவிட்டார்கள்.

கௌரவர்களிடத்திலே பாண்டவர்களுக்காக வாதிடுகிறபோது, நீங்கள் நாட்டில் பாதியைப் பாண்டவர்களுக்கு கொடுக்க வேண்டும். இல்லையானால் ஐந்து நாடுகளையாவது கொடுங்கள் அல்லது ஐந்து ஊர்களையாவது கொடுங்கள், அல்லது 5 வீடுகளையாவது கொடுங்கள் என்று கண்ணன் ஏன் கேட்டான் என்று ஒரு பெரிய ஐயம் எனக்கு இருந்தது. எப்போதும் நமக்கு எது உரிமை உடையதோ அதைத்தான் நாம் கேட்போமே தவிர, கிடைத்த வரை லாபம் என்கிற தொனியிலே நாம் கேட்கமாட்டோம். பாதி நாடு உரியதென்றால் பாதிநாடு. அல்லது முழுமையான நாடு நம்முடையது என்றால் நமக்குத்தான் வேண்டும் என்று தோன்றுமே தவிர, ஐந்து நாடாவது, ஐந்து ஊராவது, ஐந்து வீடாவது கொடுங்கள் என்று கேட்டால், ஏதோ

கிடைத்தவரைக்கும் போதும் என்பது போல இருக்கிறது. ஏன் அவர்கள் அப்படிக் கேட்டார்கள் என்கிற ஒரு கேள்வி எனக்குள் இருந்து கொண்டே இருந்தது.

அண்மையில் இராஜாஜி எழுதிய மகாபாரதம் அல்லது வியாசர் விருந்து என்கிற நூலை முழுமையாகப் படித்தேன். அது 2008ஆவது ஆண்டு 36ஆவது பதிப்பாக இப்போது மறுபடியும் வந்திருக்கிறது. இந்தப் பதிப்பினுடைய 41ஆவது பக்கத்திலே ஒரு செய்தி இருக்கிறது. தங்களுக்கு வாரிசு இல்லாமல் போய் விடக்கூடாது என்பதற்காகப் பாண்டு மகாராஜன் தன்னுடைய மனைவிகளான குந்தியையும், மாத்ரியையும் நீங்கள் துருவாசர் சொல்லிக்கொடுத்த அந்த மந்திரங்களைச் சொல்லிக் குழந்தை களைப் பெற்றுக்கொள்ளுங்கள் என்று சொன்னாராம். எனவே அந்த தேவர்களின் மூலமாகக் குழந்தைகள், இந்த இரண்டு பெண்களுக் கும் பிறந்தன என்று ராஜாஜி சுருக்கமாக எழுதி இருக்கிறார். அதனுடைய விரிவு காணப்படவில்லை. அதாவது இந்தப் பாண்டவர்கள் யாருமே பாண்டுவுக்குப் பிறக்கவில்லை. தேவர்கள் மூலமே பிறந்திருக்கிறார்கள் என்பது போன்ற அந்தச் செய்தி எனக்கு மறுபடியும் ஒரு ஐயத்தைக் கிளப்பியது.

திருமுருக கிருபானந்தவாரியார் ஒவ்வொரு பருவத்துக்கும் தனித்தனியாக விளக்கமாக மகாபாரத விளக்க உரைகளை எழுதியிருக்கிறார். ஆதி பருவம் என்கிற நூலை வாங்கிப் படித்தபோது, அதில் மேலும் விளக்கங்கள் கிடைத்தன. குந்திதேவி துருவாச முனிவரிடத்திலே சிறுமியாக இருந்தபோது ஒரு வருட காலம் சிஷ்யையாக இருந்தாள். அதிலே மகிழ்ந்த துருவாச முனிவர், குந்தி தேவிக்கு ஒரு மந்திரம் சொல்லிக் கொடுத்தார். அந்த மந்திரம் என்ன என்றால் எந்த தேவதையை எண்ணி இந்த மந்திரத்தைச் சொல்கிறாயோ அந்த தேவதைக்கும் உனக்குமாக ஒரு குழந்தை பிறக்கும் என்பதுதான். இதை அவள் சிறுமியாக இருக்கும்போதே சோதனை செய்து பார்த்தாள். சூரியனை நினைத்து மந்திரத்தைச் சொன்னாள், அப்படி சூரியனுக்கும் குந்திக்கும் பிறந்த குழந்தைதான் கர்ணன். இதை நாம் அறிவோம்.

அந்தக் கர்ணன் மட்டுமல்ல... பஞ்சபாண்டவர்களுமே அப்படித்தான் பிறந்திருக்கிறார்கள் என்பதை வாரியாரினுடைய அந்த விளக்கமொழி மிகத் தெளிவாக நமக்குச் சொல்கிறது. என்ன

காரணம் என்றால், பாண்டுமன்னன் ஒருமுறை காட்டுக்குப் போகிறான் வேட்டையாடுவதற்கு. அங்கே இரண்டு மான்கள் கூடி இருக்கும் வேளையிலே அம்பு எய்கிறான். உண்மையிலே அவை மான்கள் அல்ல ரிஷிகள்தான். ஒரு ரிஷியும் ரிஷி பத்தினியும்தான் மான் வடிவத்திலே கூடிக் கொண்டிருக்கிறார்கள். உடனே உயிர் தப்பி எழுந்த அந்த ரிஷி பாண்டுவைப் பார்த்துச் சொன்னார், நாங்கள் இப்படிக் கூடும் வேளையில் நீ அம்பு விட்டு எங்களைக் கொன்று விட்டாய். எனவே உன் மனைவியை எப்போது தொட்டாலும் நீ இறந்து போய் விடுவாய் என்று ஒரு சாபம் கொடுத்து விட்டு அந்த இரண்டு மான்களும் அல்லது அந்த ரிஷியும் ரிஷிபத்தினியும் இறந்து போய் விடுகின்றனர். எனவே பாண்டுவுக்கு மனைவியரோடு இல்லற வாழ்க்கை நடத்துவதற்கான வாய்ப்பு இல்லை. எப்போதும் இல்லற வாழ்க்கையிலே ஈடுபட்டாலும் பாண்டு இறந்து போய் விடுவான் என்பது சாபம்.

எனவே தங்களுக்கு வாரிசு இல்லாமல் போய்விடக்கூடாது என்பதற்காக குந்திதேவியை அழைத்து, நீ மறுபடியும் மறுபடியும் வேறுவேறு தேவதைகளை எண்ணி மந்திரங்களைச் சொல் என்று பாண்டுவே சொல்ல, குந்திதேவி எமதர்மனை நினைத்து மந்திரம் சொல்லுகிறபோது யுதிர்ஷ்டிரன் என்கிற தர்மன் பிறக்கிறான். வாயுவை நினைத்து மந்திரம் சொல்கிறபோது பீமன் பிறக்கிறான். இந்திரனை நினைத்து மந்திரம் சொல்லும்போது இந்திரனுக்கும் குந்திக்கும் அர்ச்சுனன் பிறக்கிறான். பிறகு இன்னொரு மனைவியான மாத்ரிக்கும் அந்த மந்திரத்தைச் சொல்லிக்கொடு என்று பாண்டு சொல்கிறான். மாத்ரி தேவி அக்னி என்ற இரட்டையர்களை நினைத்து மந்திரம் சொன்ன காரணத்தினாலே, அந்த இரட்டையர்களுக்கும் மாத்ரிக்குமாக நகுலன், சகாதேவன் என்கிற இரட்டையர்கள் பிறக்கிறார்கள். ஆக இந்த பாண்டவர்கள் என்று சொல்லப்படுகிற ஐந்து பேரும் கர்ணனைச் சேர்த்து ஆறு பேரும், யாருமே பாண்டுவுக்குப் பிறக்கவில்லை. பிறகு எப்படி அவர்கள் பாண்டவர்கள் ஆவார்கள் என்று மறுபடியும் ஒரு கேள்வி வந்தது.

ஒருவேளை அவர்கள் பாண்டவர்களே இல்லை என்பதாலே தான் அரசு உரிமை என்கிற வாரிசு உரிமை அவர்களுக்கு இல்லையோ என்றும் தோன்றியது. தங்களுக்கு உரிமை இல்லாத

காரணத்தினாலேதான் அவர்கள் கிடைத்த வரையில் போதும் என்கிற அடிப்படையில் ஐந்து நாடாவது, ஐந்து ஊராவது, ஐந்து வீடாவது கேட்டிருப்பார்களோ என்கிற எண்ணம் நமக்கு வருகிறது.

அது மட்டுமல்லாமல், திருதராஷ்டிரன், பாண்டு என்கிற இரண்டு பேர்களில் திருதராஷ்டிரன்தான் மூத்தவன். கண்பார்வை இல்லாத காரணத்தாலே பாண்டுவை ஆளச் சொல்கிறான். ஆனால் பாண்டுவுக்குப் பிறகு மூத்தவனாகிய திருதராஷ்டிரன் பிள்ளைகள் கௌரவர்களுக்குத்தானே நாடு போய்ச் சேர வேண்டும். அதுதானே அன்றைய முடி உரிமையினுடைய- வாரிசு உரிமையினுடைய வரலாறு. அண்ணன் பிள்ளைகள் இருக்கிறபோது... தம்பி பிள்ளைகளுக்கு நாடு போவது என்பது இயல்பான பழைய மரபுகளில் இல்லை. எனவே மூத்தவனின் பிள்ளைகள் என்கிற முறையிலேயும் சரி, இவர்கள் பாண்டுவின் பிள்ளைகள் இல்லை என்கிற முறையிலேயும் சரி, கௌரவர்களுக்குத்தான் இந்த நாடு உரியதாக இருந்துள்ளது. இதனை ராஜாஜி அவர்களும், கிருபானந்த வாரியார் அவர்களும் தந்திருக்கிற உரை நமக்கு உணர்த்துகிறது. ஆகையினாலேதான் நமக்கு உரிமை இல்லாத நாட்டில் கிடைத்தவரை போதும் என்று ஐந்து வீடாவது கொடுங்கள் என்று கேட்டிருக்கிறார்கள்போல இருக்கிறது என்று பள்ளிக்கூடப் பருவத்திலே எனக்கு எழுந்த ஐயத்திற்கு இப்போது இந்த நூல்களைப் படித்தபோது விடை கிடைத்தன.

ஆண் - பெண் சமத்துவம்

தாய்ப்பாலிலும்கூட ஆண்பிள்ளை, பெண் பிள்ளை என்கிற வேறுபாடு இந்த நாட்டிலே பார்க்கப்படுகிறது. பெண்பிள்ளைதானே புட்டிப்பால் போதாதா என்று அந்தத் தாய் கேட்கிறகேள்வி, நம் இதயங்களில் ஆயிரம் ஈட்டிகளைப் பாய்ச்சுகிறது.

அண்மையில் நான் படித்த செய்தி ஒன்றும், மேலை நாட்டுப் பயணத்தின்போது பார்த்த நிகழ்வு ஒன்றும் என்னைப் பெரிய வியப்பில் ஆழ்த்தின என்று சொல்லவேண்டும்.

தமிழகத்தின் தென்கோடியிலே இருக்கிற கோவில்பட்டி என்கிற நகரத்துக்குப் பக்கத்திலே இருக்கிற ஒரு சிற்றூரில் ஒரு பெண்ணுக்கு இரட்டைக் குழந்தைகள் பிறந்திருக்கின்றன. பெரும்பாலும் இரட்டைக் குழந்தைகள் என்றால் இரண்டும் பெண் குழந்தைகள், அல்லது இரண்டும் ஆண் குழந்தைகளாக இருக்கும். எப்போதாவது விதிவிலக்காக ஒரு குழந்தை ஆணாகவும், ஒரு குழந்தை பெண்ணாகவும் பிறப்பதுண்டு. அப்படி அங்கே பிறந்திருப்பவர்களில் ஒருவர் ஆண், இன்னொருவர் பெண்.

அந்தக் குழந்தைகளைப் பார்க்க அந்தத் தாயினுடைய தோழி வீட்டுக்குப் போகிறபோது, அந்த குழந்தைகளினுடைய பாட்டி ஒரு குழந்தையை மடியிலே வைத்துக்கொண்டு புட்டிப்பால் ஊட்டிக் கொண்டிருப்பதைப் பார்க்கிறார். மூன்று மாதம் தானே ஆகிறது குழந்தை பிறந்து, அதற்குள் புட்டிப்பால் கொடுக்கிறீர்களே? தாய்ப்பால் இல்லையா? தாய்ப்பால்தானே குழந்தைக்கு

நல்லது? என்று தோழி கேட்கிறார். அதற்கு அந்தக் குழந்தைகளி னுடைய பாட்டி சொல்கிறாள், தாய்ப்பால் ரொம்பக் குறைவாக இருக்கிறது. இரண்டு பிள்ளைகளுக்கும் தாய்ப்பால் ஊட்ட முடிய வில்லை. ஆகையினாலே அது ஆண்பிள்ளை அதற்குத் தாய்ப்பால், இது பெண் பிள்ளைதானே இதற்கு புட்டிப்பால் போதும் என்று ஊற்றிக்கொண்டிருக்கிறோம் என்கிறார். இதைப் படிக்கிறபோது நாம் அதிர்ச்சியிலே உறைந்து போகிறோம். தாய்ப்பாலிலும்கூட ஆண்பிள்ளை, பெண்பிள்ளை என்கிற வேறுபாடு இந்த நாட்டிலே பார்க்கப்படுகிறது. பெண்பிள்ளைதானே புட்டிப்பால் போதாதா என்று அந்தத் தாய் கேட்கிறகேள்வி, நம் இதயங்களில் ஆயிரம் ஈட்டிகளைப் பாய்ச்சுகிறது என்று சொல்ல வேண்டும்.

நான் மேலைநாட்டுக்கு ஐரோப்பாவிற்குப் போயிருந்தபோது, அங்கே நான் நேரடியாகப் பார்த்தது இன்னொரு நிகழ்வு. ஈழத்திலே பிறந்து, ஐரோப்பாவிலே வளர்ந்து கொண்டிருக்கிற ஒரு இளைஞன். ஏறத்தாழ இரண்டு, மூன்று வயதாக இருக்கிறபோதே, ஐரோப்பாவிற்கு வந்து விட்டவன். ஐரோப்பிய நாகரிகங்களிலேயே வளர்ந்திருக்கிறவன். அவன் அங்கே இருக்கிற ஒரு ஜெர்மன் தேச இனத்தைச் சார்ந்த ஒரு பெண்ணைக் காதலிக்கிறான். அந்தப் பெண்ணுக்குத் தமிழ் தெரியாது... இவனுக்கு டொச்சு மொழி தெரியாது. இரண்டு பேரும் கற்றுக்கொள்கிறார்கள். இரண்டு பேரும் திருமணம் செய்து கொள்வதற்கு முடிவெடுக்கிறார்கள். அப்படி முடிவெடுக்கிறபோது, ஒரே மாதிரி இரண்டு மோதிரங்களை வாங்கி வைத்திருக்கிறார்கள். அந்த நாட்டு முறைப்படி இரண்டு பேரும் மோதிரம் மாற்றிக்கொள்வது என்பது முடிவு. அப்போது இவன், உங்கள் முறைப்படி நாம் மோதிரம் மாற்றிக் கொள்கிறோம். எங்களின் முறைப்படி தாலியும் கட்டிக் கொள்ளலாமா என்று கேட்கிறான். அந்தப் பெண் முதலில் தாலி என்றால் என்ன என்று கேட்கிறாள். தாலி என்பது வேறு ஒன்றும் இல்லை. கழுத்தில் போட்டுக்கொள்கிற சங்கிலி மாதிரி, அது திருமணம் ஆனதற்கு அடையாளம் அவ்வளவுதான் என்கிறான். செய்து கொள்ளலாம் எங்கள் மதத்தின்படி மோதிரம் மாற்றிக் கொள்வதுபோல், உங்கள் மதத்தின்படி தாலியும் கட்டிக் கொள்ளலாம். அதிலே ஒன்றும் பிழையில்லை. சம்மதம் என்று அந்தப் பெண் சொல்கிறாள்.

அடுத்த நாள் இரண்டு பேரும் கடைக்குப் போகிறார்கள், ஒரு நகைக்கடைக்குப் போய் அங்கே தேடிப்பிடித்து அந்த தாலிக்கான

சங்கிலியைத் தேடிக் கொண்டிருக்கிறார்கள். அப்போது அந்தப் பெண், இதோ பாருங்கள், ரொம்ப அழகாக இருக்கிறது இதை வாங்கிக் கொள்ளலாம் என்று ஒரே மாதிரி இருக்கிற இரண்டு சங்கிலிகளைக் காட்டுகிறாள். இரண்டு தங்கச் சங்கிலிகள் எதற்கு என்று அவன் கேட்கிறான். நீங்கள்தானே சொன்னீர்கள், தாலி கட்டிக் கொள்வது திருமணம் ஆனவர்களுக்கு அடையாளம் என்று. எனவே ஆளுக்கொன்று வாங்கியிருக்கிறேன் என்கிறாள். இல்லை இல்லை பெண்ணுக்கு மட்டும்தான் தாலி கட்டுவார்கள். மாப்பிள்ளைகள் கட்டிக் கொள்வதில்லை, நான்தான் உன் கழுத்தில் தாலி கட்டுவேன் என்று அவன் சொன்னபோது, அந்தப் பெண் வியப்பாகக் கேட்கிறாள் இதென்ன மரபு. நீங்கள் தாலி கட்டுவீர்களானால் அது எனக்குத் திருமணம் ஆனதற்கு அடையாளம். உங்களுக்குத் திருமணம் ஆனதற்கு அடையாளம் இல்லையா என்று கேட்கிறாள். இல்லை இல்லை எங்கள் மதத்தில் பெண்ணுக்கு மட்டும்தான் தாலி கட்டுவது என்று சொன்னபோது, அந்தப் பெண் மறுத்து விடுகிறாள். தாலியோ அல்லது மஞ்சள் கயிறோ கட்டிக் கொள்ளச் சம்மதம். ஆனால் இரண்டு பேரும் கட்டிக் கொள்ள வேண்டும். இல்லையானால் நான் மட்டும் அணிந்து கொள்ள முடியாது என்று அந்தப் பெண் சொல்கிறாள், அவர்கள் இன்றுவரை தாலி கட்டிக் கொள்ளவில்லை. மோதிரம் மாற்றிக் கொண்டிருக்கிறார்கள்.

இது மத முரண்பாடு அல்ல. ஆண்... பெண் சமத்துவத்துக்கான ஒரு கோரிக்கை. அந்த ஜெர்மன் நாட்டுப் பெண் கேட்டதிலே அடிப்படையான ஒரு நியாயம் இருக்கிறது. இந்த இரண்டு நிகழ்வுகளையும் ஒத்துப் பார்க்கிறபோது, ஒரு செய்தி நமக்குத் தெளிவாகிறது. ஆண் பெண் சமத்துவம் என்பது இங்கே அறவே இல்லாமல் இருக்கிறது. மேலை நாடுகளிலே எல்லாம் ஆண் - பெண் சமத்துவம் முழுமையாக வந்துவிட்டதா என்றால் அப்படிச் சொல்ல முடியாது. அங்கும்கூட பெண்ணடிமைத்தனம் என்பது இருக்கத் தான் செய்கிறது. ஆனாலும் ஒப்பீட்டளவில் நம்முடைய நாட்டில் மிகக் கடுமையாக ஆண்-பெண் ஏற்றத்தாழ்வு இருக்கிறது என்பதை நம்மாலே அறிந்து கொள்ள முடிகிறது.

முதலில் நான் சொன்ன அந்த புட்டிப்பால் சம்பவம் என்பது ஆணைவிடப் பெண் குழந்தைகள் தாழ்ந்தன என்பதைக் குழந்தையாக இருக்கும்போதே இந்தச் சமூகம் முடிவு செய்து

விடுகிறது. இன்னொரு பக்கத்தில் மேலை நாட்டிலே நான் சொன்ன சம்பவம் ஆண் - பெண் சமத்துவத்தை வலியுறுத்துகிறது. இந்த இரண்டு நிகழ்வுகளையும் ஒப்பிட்டுப் பார்க்கிறபோது, எத்தனை பெரிய ஏற்றத்தாழ்வுகள் இந்தச் சமூகத்திலே இருக்கின்றன என்பது புரிகிறது.

இன்னொரு செய்தியையும் நாம் பார்க்க வேண்டும். இந்தக் குழந்தைக்கு புட்டிப்பால் ஊட்டியது யார்? பெண் குழந்தைதானே இதற்குப் புட்டிப்பால் போதாதா என்று கேட்டது யார்? அதுவும் இன்னொரு பெண்தான். அந்தப் பாட்டியும் பெண்தான், அந்தக் குழந்தைகளைப் பெற்ற தாயும் பெண்தான். எனவே பெண்களே சம்மதித்து, ஒரு பெண் குழந்தையைக் கீழாக நடத்துகிறார்கள். எனவே நாம் இன்னொரு முடிவுக்கு வந்து விடுகிறோம். பெண்களுக்குப் பெண்கள்தான் எதிரி என்று முடிவுக்கு வந்து விடுகிறோம். அப்படியில்லை... மாமியார் மருமகள் சண்டைக் கெல்லாம் ஆண்களுக்கு எந்தச் சம்பந்தமும் இல்லை என்று நாம் கருதக்கூடாது. பெண்களே பெண்களை அடிமைப் படுத்துகிறார்கள் என்றால் அது அவர்களுக்கு உள்ளான பிரச்சினை அன்று. அவர்களைச் சமூகம் அப்படிப் பழக்கி வைத்து இருக்கிறது. ஆண் உயர்ந்தவன்... பெண் தாழ்ந்தவள் என்கிற கருத்து, பெண்களின் மூளையிலே விதைக்கப்பட்டிருக்கிறது. குழந்தையாக இருக்கிற போது எப்படிப் புட்டிப்பால் ஊற்றப்படுகிறதோ, அப்படி அந்தப் பாட்டி குழந்தையாக இருக்கிறபோதே பெண் தாழ்ந்தவள் என்கிற நச்சுக் கருத்தும் அவள் மூளையிலே ஊட்டப்பட்டிருக்கிறது. எனவே அது சமூகத்தினுடைய கொடையே தவிர பெண்களின் இயல்பான குணம் என்று நாம் கொள்ளக்கூடாது.

இந்தச் சமூகம் பெண்ணை அடிமையாக ஆக்கி வைத்திருக்கிறது. இந்தச் சமூகத்தின் ஒரு கூறாகவும் அங்கமாகவும் இருக்கிற காரணத்தினாலே, வயது முதிர்ந்த அந்தப் பாட்டிக்கும் அந்தச் சமூகக் குணம் வந்து சேர்ந்திருக்கிறதே தவிர, அது பெண்ணினுடைய குணம் அல்ல. எனவே பெண்ணுக்குப் பெண் எதிரி என்கிற தவறான பாதையை நாம் தவிர்த்து விட்டு, எப்படி அந்த விலங்குகளை உடைத்து அவளை விடுதலை செய்வது என்பதை எண்ணிப் பார்ப்பதற்குத்தான் இந்த இரண்டு நிகழ்வுகளும் நமக்குப் பயன்படுகின்றன.

பண்பின் சிகரம் அண்ணா

முதலமைச்சராக இருந்த காலத்திலேயும்கூட ஆடம்பரமாக அவர் என்றைக்கும் இருந்ததில்லை. எளிமைதான் அவருடைய மிகப் பெரிய வலிமையாக இருந்திருக்கிறது. எதிரிகளிடத்திலேயே அவர் காட்டுகிற அன்புதான், அவர்களையும்கூட அவரை அண்ணா என்று அழைக்க வைத்திருக்கிறது.

அண்ணாவினுடைய கூர்மையான அறிவு, மக்களைக் கவர்கிற மிகச்சிறந்த பேச்சாற்றல், எழுத்தாற்றல், இவைகளைப் பற்றியெல்லாம் இந்த நாடு அறியும். அவை எல்லாவற்றையும் தாண்டி மிகச்சிறந்த பண்பாளராக, மிக உயர்ந்த மனிதராக இந்த மண்ணிலே வாழ்ந்தவர்தான் நம்முடைய அறிஞர் அண்ணா அவர்கள்.

அவருடைய பண்பாட்டுக்கு ஆயிரம் எடுத்துக் காட்டுகளை எதிர்க்கட்சியினரே கூடச் சொல்வார்கள். சட்டமன்றத்தில், பொதுக் கூட்டத்தில், பொது நிகழ்வுகளில் எந்த இடத்திலேயும் அவர் பண்பாட்டினுடைய குன்றாய் விளங்கினார் என்பதை அவரோடு இருக்கிறவர்கள் அல்ல... அவரை மறுக்கிறவர்கள் கூட ஏற்றுக்கொள்கிறார்கள். அவருடைய பண்பாடுகள் குறித்துப் பல செய்திகளைப் பலர் கூற நான் கேட்டிருக்கிறேன். அண்ணாவினுடைய ஆட்சிக் காலத்திலே அரசு அதிகாரியாக இருந்த தமிழறிஞர் சிலம்பொலி செல்லப்பனார், அண்மையில் நடைபெற்ற கூட்டம் ஒன்றிலே இரண்டு மூன்று நிகழ்ச்சிகளை மக்களுக்கு எடுத்துச் சொன்னார். எந்த அளவுக்கு அண்ணா அதிகாரிகளிடம் நாகரிகமாக, பண்பாக நடந்து கொள்வார் என்பதை அவர் அந்தக் கூட்டத்திலே விளக்கினார்.

அதிலே இரண்டு நிகழ்ச்சிகள் அப்படியே என் நெஞ்சத்திலே பதிந்து விட்டன. ஒருமுறை ஒரு பெரிய அதிகாரி அண்ணாவோடு பேசிக் கொண்டிருக்கிறார். பேசிக்கொண்டிருந்து விட்டுச் சில கோப்புகளைப்பற்றி விவாதித்து விட்டு, அந்த அதிகாரி வெளியே போனபோது, ஏதோ ஒன்றை அவரிடத்திலே சொல்ல அண்ணா, மறந்து விட்டார். பக்கத்திலே இருந்த சட்டமன்ற உறுப்பினரை அழைத்து அந்த ஐ.ஏ.எஸ். அதிகாரியை அழைத்துக் கொண்டு வரும்படி அவசரமாகச் சொல்கிறார். அண்ணா அவசரமாகச் சொல்கிறாரே என்று நினைத்து, நாம் போய் அழைத்து வருவதற்குக்கூட நேரமாகலாம் என்று கருதியோ என்னவோ, அந்தச் சட்டமன்ற உறுப்பினர், அதிகாரி வெளியேறப் போகிற நேரத்தில் வேகமாகக் கை தட்டி ஐயா இங்கே வாங்க, உங்களை முதலமைச்சர் கூப்பிடுகிறார் என்று சொல்கிறார். கைதட்டி அந்த அதிகாரியை அழைத்த உடன் அண்ணாவினுடைய முகம் அப்படியே சுருங்கிப் போய் விடுகிறது. இதை அண்ணா அவர்கள் எதிர்பார்க்கவில்லை. ஓடிப்போய் அழைத்து வருவார் என்றுதான் அண்ணா நினைத்தார். இப்படி அவர் கைதட்டிக் கூப்பிடுவார் என்று அவர் கருதவில்லை.

அந்த அதிகாரி திரும்ப வந்து விட்டார், அழைத்தீர்களா? என்றார். இல்லை... இல்லை... நான் இன்னொருவரை அழைக்கச் சொன்னேன், மன்னித்துக் கொள்ளுங்கள் உங்களை இல்லை நீங்கள் போகலாம் என்று அண்ணா சொல்லியிருக்கிறார். அந்த அதிகாரி போனதற்குப் பிறகு பக்கத்திலே இருந்த சட்டமன்ற உறுப்பினரைப் பார்த்து நான் கை தட்டினால் எனக்கு கை வலிக்கும் என்றா உங்களை அழைக்கச் சொன்னேன். அவர் எவ்வளவு பெரிய அதிகாரி... இன்றைக்கு நாம் அமைச்சர்களாக இருக்கிறோம்... இன்னும் 5 வருடத்துக்கு அதிகபட்சம் இருக்கலாம். மறுபடியும் அமைச்சர்களாக வருவோம், வராமல்கூடப் போவோம். ஆனால் அவர் ஓய்வு பெறுகிறவரை அதிகாரி. அது மட்டுமல்ல, அவர் படித்தவர்.. அறிவாளி, நாட்டினுடைய நிர்வாகத்திலே ஒரு பொறுப்பிலே இருக்கிறவர், கைதட்டி அழைக்கலாமா என்று கடுமையாகக் கடிந்து கொண்டிருக்கிறார். என்னால் போக முடியவில்லை. ஓடிப்போய் கூப்பிடுங்கள் என்று உங்கள் உதவியை கேட்டுத்தானே நான் சொன்னேன். ஒரு மூத்த அதிகாரியை இப்படிக் கைதட்டி அழைக்கலாமா? இன்றோடு இந்தப் பழக்கத்தை நிறுத்தி

விடுங்கள் என்று தன்னோடு இருக்கிற தன் கட்சிக்காரரை கடுமையாக அண்ணா கடிந்து கொண்டிருக்கிறார். அந்தக் காட்சியை பக்கத்திலேயே அதிகாரியாக இருந்த சிலம்பொலியார் பார்த்திருக்கிறார், இது ஒரு நிகழ்வு.

இன்னொரு சுவையான நிகழ்ச்சியையும் அவர் குறிப்பிட்டார், பாவலர் முத்துச்சாமி அன்றைக்கு ஒரு அமைச்சராக இருக்கிறார். அந்தத் துறையிலே அவரோடு சேர்ந்து சிலம்பொலியாரும் முதலமைச்சரைப் பார்ப்பதற்காக அறைக்குப் போகிறார். கோப்புகளை எடுத்துக் கொண்டு போகிறார்கள், அரசு தொடர்பான... ஆட்சி தொடர்பான சில செய்திகளை முதலமைச்சரிடம் பேசவேண்டும். அப்படி உள்ளே போகிறபோது, அண்ணாவுக்கு மிக நெருக்கமான ஒரு நண்பர் அண்ணாவினுடைய அறையிலே அமர்ந்திருக்கிறார். முதலமைச்சருக்கு மிக நெருக்கமானவர் அவர், அவரை வெளியே செல்லுமாறு இவர்கள் சொல்ல முடியாது. ஆனால் அது முதலமைச்சரிடம் தனியாகப் பேச வேண்டிய செய்தி. என்ன செய்யலாம் என்கிற ஒரு தயக்கத்தோடு அங்கே அந்த அமைச்சர் அமர்ந்திருக்கிறார். அருகிலே அதிகாரி யாக ஐயா அமர்ந்திருக்கிறார். அண்ணா அந்த தயக்கத்தைக் குறிப்பின் மூலமாகவே புரிந்து கொள்கிறார்.

இவர்கள் தன்னிடம் தனியாகப் பேசவேண்டும் என்று கருதுகிறார்கள் என்பதைப் புரிந்து கொண்டு இந்த நண்பரை அனுப்புவதற்காக மறைமுகமாக வெவ்வேறு செய்திகளை யெல்லாம் சொல்கிறார். ஆனால் அவர் புரிந்து கொள்வதாக இல்லை. சிலபேர் நேரடியாகச் சொன்னாலே தவிர புரிந்து கொள்ளமாட்டார்கள். எத்தனையோ செய்திகளை மறைமுகமாகச் சொன்னதற்குப் பிறகும் நண்பர் அங்கேயே அமர்ந்திருக்கிறார். அண்ணாவுக்கு எழுந்து போங்கள் என்று சொல்வதற்கு மனமில்லை. கடிந்து கொள்கிற பழக்கமில்லாதவர். தன்கூட இருக்கிற தன் கட்சிக்காரர்களை, மிகவும் உரிமை எடுத்துக்கொள்கிறவர்களைத் தான் அவர் கடிந்து கொள்வார். இவர் என்னதான் நண்பரானாலும், வெளியே போங்கள் என்று சொன்னால் நாம் அரசு பொறுப்பிலே இல்லை அதனாலேதான் மதிக்கவில்லை என்று அவர் கருதி விடுவாரோ என்கிற ஒரு அச்சம்.

கடைசியில் சுவையான ஒரு உத்தியை அண்ணா கையாடு கிறார். அந்த நண்பரைப் பார்த்து பக்கத்திலே இருக்கிற நூலகத்திலே ஒரு புத்தகம் எனக்கு வேண்டும் உடனே எடுத்துக் கொண்டு வருவீர்களா என்று கேட்கிறார். சொல்லுங்க என்ன வேண்டுமோ நான் எடுத்துக் கொண்டு வருகிறேன் என்று சொல்கிறார். ஒரு ஆசிரியரினுடைய பெயரையும், புத்தகத்தினுடைய பெயரையும் எழுதி எனக்கு உடனடியாக வேண்டும், எவ்வளவு நேரம் ஆனாலும் பரவாயில்லை. இந்தப் புத்தகத்தை எடுத்துக் கொண்டுதான் வரவேண்டும் என்று சொல்லி அவரை அனுப்பி வைக்கிறார். அனுப்பி வைத்து விட்டு, இவர்களிடம் சொல்லுங்கள் என்ன செய்தி என்று கேட்கிறார். இவர்கள் சொல்லத் தொடங்குகிறார்கள். கொஞ்சம் வேகம் வேகமாகச் சொல்கிறார்கள், அண்ணா சொல்கிறார், நீங்கள் மெதுவாகவே சொல்லலாம். அவர் இப்போதைக்கு திரும்ப வரமாட்டார், ஏனென்றால் நான் எழுதிக்

கொடுத்திருக்கிற புத்தகம் அந்த நூலகத்திலே இல்லை என்பது எனக்குத் தெரியும். இல்லாத புத்தகத்தினுடைய பெயரைத்தான் எழுதிக் கொடுத்திருக்கிறேன். எப்படியும் கொஞ்ச நேரம் ஆகும். பிறகு இல்லை என்றுதான் திரும்ப வருவார். அதற்குள்ளே நாம் பேசி விடலாம் என்று அண்ணா சொல்கிறார்.

யாருடைய மனமும் நோகாமல், அதே நேரத்தில் வந்திருக்கிற அமைச்சரின் குறிப்பையும் அறிந்து கொண்டு அண்ணா அணுகிய விதத்தைச் சிலம்பொலியார் அன்றைக்கு மேடையிலே சொல்கிற போது, எவ்வளவு பக்குவமான, எவ்வளவு பண்பான மனிதராக அண்ணா இருந்திருக்கிறார் என்பதை நாம் அறிய முடிகிறது.

முதலமைச்சராக இருந்த காலத்திலேயும்கூட ஆடம்பரமாக அவர் என்றைக்கும் இருந்ததில்லை. எளிமைதான் அவருடைய மிகப்பெரிய வலிமையாக இருந்திருக்கிறது. எதிரிகளிடத்திலேயே அவர் காட்டுகிற அன்புதான், அவர்களையும்கூட அவரை அண்ணா என்று அழைக்க வைத்திருக்கிறது. அத்தனை பேருக்கும் அண்ணாவாக, சின்னக் குழந்தையிலே இருந்து கட்சியிலே அவரைவிட மூத்தவர்களாக இருந்தவர்கள் வரைக்கும், அத்தனை பேருக்கும் அண்ணாவாக, உடன் பிறந்த அண்ணாவாக, வழிகாட்டும் தலைவராக வாழ்ந்த அண்ணா அவர்கள் மிகக்குறுகிய காலம்தான் இந்த நாட்டினுடைய முதலமைச்சராக இருந்தார். ஆனால் பல நல்ல செய்திகளை பெரிய தொடக்கங்களை அவர் ஆட்சியிலே தொடக்கி வைத்தார். மிகக் குறிப்பாகச் சொல்ல வேண்டுமானால், தாய்க்குப் பெயரிட்ட மகன் அவர்தான். இந்த நாட்டுக்குத் தமிழ்நாடு என்று அவர்தான் பெயர் சூட்டினார். சுயமரியாதைத் திருமணங்கள் செல்லுபடியாகும் என்கிற ஒரு புரட்சிகரமான சட்டம் அவருடைய காலத்திலேதான் நிறை வேறிற்று.

பண்பின் சிகரம் அண்ணா.
செயலின் வடிவம் அண்ணா.

வடமொழியிடம் 'சரண்' அடைவதா?

போகிற போக்கில் எல்லாத் தமிழ்ச் சொற்களையும் சமஸ்கிருதத்தில் இருந்துதான் வந்தது என்று சொல்வது சிலரிடம் பழக்கமாக இருக்கிற ஒன்று. தமிழ்பேசி, தமிழ்நாட்டில் பிழைத்து, தமிழர்களாலேயே வாழ்ந்து கொண்டிருக்கிறவர்கள் தமிழைப் பழிப்பதும், எல்லாவற்றுக்கும் சமஸ்கிருதம்தான் வேர் என்று சொல்வதும் வழக்கமாகி இருக்கிறது.

அண்மையில் புகழ்பெற்ற வார இதழ் ஒன்றின் கேள்வி- பதில் பகுதியில் அதிர்ச்சி தரத்தக்க செய்தி களைப் படிக்க நேர்ந்தது. குறிப்பிட்ட சில சொற் களைக்கூறி, இவை அனைத்துமே சமஸ்கிருதத் திலிருந்து தமிழுக்கு வந்த சொற்கள் என்று அந்தப் பகுதியிலே எழுதப்பட்டிருந்தது. சரண் என்பது, சரண்டர் என்கிற ஆங்கிலச் சொல் மூலமும், அதற்கு அடிப்படையாக இருக்கிற பிரெஞ்சுச் சொல் மூலமும் அதற்கும் அடிப்படையாக இருக்கிற சமஸ்கிருதச் சொல் மூலமும் வந்ததாக எழுதப் பட்டிருந்தது. உயில் என்பது தமிழ்ச்சொல் இல்லை, அரிசி என்பதுகூடத் தமிழ்ச் சொல் இல்லை. அரிசி என்கிற சொல்லுக்கு இணையான ஒலி அமைப் பைக் கொண்ட பல சொற்கள் பல மொழிகளிலே இருக்கின்றன. இத்தாலியிலேயும் அப்படித்தான், ஜெர்மனியிலேயும் அப்படித்தான் சொல்லப்படு கிறது. ஆனால் இவை எல்லாவற்றுக்கும் வேராக இருப்பது சமஸ்கிருதச் சொல் என்று அதிலே எழுதப்பட்டிருந்தது.

உயில் என்பது தமிழ்ச் சொல் இல்லைதான். ஆனால் போகிற போக்கில் எல்லாத் தமிழ்ச் சொற்களையும் சமஸ்கிருதத்தில் இருந்துதான் வந்தது என்று சொல்வது சிலரிடம் பழக்கமாக இருக்கிற ஒன்று. தமிழ்பேசி, தமிழ்நாட்டில் பிழைத்து, தமிழர்களாலேயே வாழ்ந்து கொண்டிருக்கிறவர்கள் தமிழைப் பழிப்பதும், எல்லாவற்றுக்கும் சமஸ்கிருதம்தான் வேர் என்று சொல்வதும் வழக்கமாகி இருக்கிறது. தமிழைப் போலவே சமஸ்கிருதமும் மிகத் தொன்மையான மொழி என்பதை நாம் மறுக்கவில்லை. எந்த மொழியின் மீதும் நமக்குப் பகைமை இல்லை. ஆனால் நம்முடைய மொழிக்கு இயல்பாய் இருக்கிற சிறப்புகளைக்கூட குறைத்து, தமிழில் எதுவுமில்லை. எல்லாம் சமஸ்கிருதத்திலே இருந்து வந்தது என்று சொல்கிறவர்கள் சமஸ்கிருதம் பேசுகிற நாட்டுக்கே போய் விடலாம். ஆனால் அப்படி ஒரு நாடு இல்லை. ஆகையினால் இங்கேயே அமர்ந்து கொண்டு, அப்படிப் பலவற்றை அவர்கள் சொல்லிக் கொண்டிருக்கிறார்கள்.

நான் இதுகுறித்து வேர்ச் சொல் ஆய்வாளர் பேராசிரியர் அரசேந்திரன் போன்றவர்களிடத்திலே கேட்டேன், பாவாணர் நூலிலேயும் இதற்கான விடையைத் தேடினேன். மிக அருமையாகச் சரண் என்பது தமிழ்ச் சொல் என்பது நிறுவப்பட்டிருக்கிறது. சரண் என்பது அரண் என்கிற சொல்லிலே இருந்து வந்திருக்கிறது. எப்போதும் அகரம் சகரமாக மாறும். தமிழில் அப்ப்டி மாறுவது உண்டு. அவை என்று சொல்வதுதான் சபை என்று ஆகிறது. அமர் என்பதுதான் சமர் என்று ஆயிற்று. அதுபோலதான் அரண் என்பது சரண் என்று ஆகியிருக்கிறது. அரண் என்றால் பாதுகாப்பு என்று பொருள். நீதான் எனக்கு அரண் என்றால் நீதான் எனக்கு பாதுகாப்பு என்று பொருள். ஒவ்வொரு இடத்திலேயும் இலக்கியத்திலேயும் அவன் சரண் அடைகிறான் என்றால் பாதுகாப்புக்கேட்டு வந்து சேருகிறான் என்று பொருள்.

விபீடணன் இராமனைப் பார்த்துச் சரண் என்று சொன்னான். அது நான் உன்னிடத்திலே சரண் அடைந்து விட்டேன், நீதான் எனக்கு அரண், பாதுகாப்பு என்று பொருள். இந்த அரண் என்பதுதான் அரணம் என்று ஆகிச் சரணம் என்றும் ஆகிறது. 'சாமியே சரணம் ஐயப்பா' என்று சொல்கிறார்களே. சரணம்

என்றாலும் பாதுகாப்பு என்று பொருள். இதற்கும் சமஸ்கிருதத்துக்கும் எந்தத் தொடர்பும் இல்லை என்று அந்த சொல்லாய்வு அறிஞர்கள் விளக்கினார்கள்.

பாவாணர் தன்னுடைய நூலிலே மிக விரிவாக இதுபற்றிச் சொல்கிறார். பல சொற்களையும் இவர்கள் இப்படித்தான் சொல்கிறார்கள். சுண்ணாம்பு என்பது சூர்ணிகா என்கிற வடசொல்லில் இருந்து வந்தது என்று பொய்யாகச் சொல்கிறார்கள். அதற்கு அடிச்சொல் சுள் என்பது. இன்றைக்கும் கிராமத்திற்குப் போனால் சுள் என்று வெயில் அடிக்கிறது என்று சொல்வதை நாம் பார்த்திருக்கிறோம். அந்தச் சுள் என்பதிலே இருந்துதான் சுள்ளி வருகிறது. காய்ந்துபோன குச்சிகளைச் சுள்ளி என்று சொல்கிறார்கள். இப்போதும் நாம் பார்க்கலாம், காய்ந்து போன இஞ்சிக்கு சுக்கு என்று பெயர். சுள்+கு=சுக்கு அது எப்படி வடமொழியிலே சமஸ்கிருதத்திலே மாறுகிறதுஎன்றால் சுள் என்பதை அவர்கள் சுஸ் என்கிறார்கள். நாம் சுக்கு என்றால் அவர்கள் சுஸ்க்கு என்கிறார்கள் அவ்வளவுதான் வேறுபாடு.

சுரம் என்பதுகூட ஜ்ுரம் என்கிற ஒரு வடமொழிச் சொல்லிலே இருந்து வந்ததன்று. பாவாணர் சொல்வார், சுள் என்பது தான் அதனுடைய வேர்ச்சொல். சூடு என்பதிலே இருந்துதான் சுரம் என்கிற சொல் வருகிறது. எனவே அவனுக்குச் சுரம் அடிக்கிறது என்று சொன்னால் தமிழ்தான், அது வடமொழி இல்லை என்று சொல்வார். எனவே இப்படித் தமிழ்ச்சொற்களையெல்லாம் அதனுடைய அடையாளம் தெரியாமல் மாற்றி, சமஸ்கிருதத்திலே இருந்துதான் பெற்றோம் என்று சொல்வது நேர்மையானது அன்று.

கிருஷ்ணன் என்கிற சொல் எப்படி வந்தது? பாவாணர் மிக அழகாகக் காட்டுவார், கருள் என்றால் இருட்டு என்று பொருள். கருப்பு என்பது பொருள். கருள்தான் மாறிமாறிக் கிருள் ஆகிக், கிருஷ் ஆகி, கிருஷ்ணர் ஆயிற்று. நாமும் கரு என்பதை வைத்துக் கொண்டுதான் கருப்பன் என்றும் அதிலே இருந்துதான் கண்ணன் என்றும் சொல்கிறோம். எனவே கண்ணன் என்றாலும் கருப்பன்தான். கிருஷ்ணன் என்றாலும் கருப்பன்தான். இரண்டுக்கும் வேர்ச்சொல் தமிழிலேதான் இருக்கிறது. 'கருள்' என்பதுதான் அதனுடைய வேர்ச் சொல்.

பாவாணர் அவர்கள் இப்படிப் பல்லாயிரம் சொற்களை ஆராய்ந்து பார்த்து, வேர்ச் சொல் எங்கே இருக்கிறது என்பதை விளக்கியிருக்கிறார். சமஸ்கிருதத்தைப் பொறுத்தவரையில் நாம் இன்னொன்றையும் சொல்ல வேண்டும். அது தொன்மையான மொழி என்பதை நாம் மறுக்கவில்லை. ஆயினும் அது கி.பி.நான்காம் நூற்றாண்டு வரை அது எழுதாக் கிளவி என்றுதான் சொல்லப்பட்டது. எழுதாக் கிளவி என்றால் அது சொல்லுவதற்கு, ஓதுவதற்கு உரிய மொழியே தவிர எழுதுவதற்குரிய மொழி அன்று என்பது பொருள். சுருதி என்றுதான் சமஸ்கிருத மந்திரங்கள் இன்றைக்கும் சொல்லப்படுகின்றன. சுருதி என்றால் சொல்லப் படுவது. சொல்லப்படுவதும்... கேட்கப்படுவதுமாகத் தான் அது இருந்ததே தவிர மக்களால் பேசப்படுகிற மொழியாக எழுதப்படுகிற மொழியாக இல்லை. கி.பி.நான்காம் நூற்றாண்டு வரைக்கும் அது எழுதாக் கிளவிதான். பிறகுதான் மெல்ல மெல்ல வரி வடிவத்தை அவர்கள் உருவாக்கிக் கொண்டார்கள். வரி வடிவங்கள்கூட பிற மொழியிலே இருக்கிற வடிவம்தான். துளு மொழி பேசுகிறவர்கள் நெடுநாட்கள் தங்களுக்கு வரி வடிவம் இல்லாமல் கன்னட வரி வடிவத்திலே எழுதுவதுபோல, கொங்கணி மொழி பேசுகிறவர்கள், தங்களுக்கான வரி வடிவம் இல்லாமல் மராட்டிய வரி வடிவத்திலே எழுதுவதுபோல இந்த சமஸ்கிருதத்துக்கும் கி.பி.நான்காம் நூற்றாண்டு வரையில் வரி வடிவம் இல்லை. அப்புறமும் அது கடன்வாங்கப் பட்ட வரி வடிவம்தான்.

இவையெல்லாம் ஒரு மொழியின் பெருமையைக் குறைப்பதற்கோ, கூட்டுவதற்கோ சொல்லப்படுகிற செய்திகள் இல்லை. இரண்டு மொழிக்கும் சிறப்புத்தன்மைகள் இருக்கின்றன. இரண்டு மொழிகளுக்கும் தொன்மை இருக்கிறது. ஆனால் ஒவ்வொரு மொழியினுடைய தன்மையும் வேறு வேறாக இருக்கிறது. எப்போது பார்த்தாலும் சமஸ்கிருதத்தை உயர்த்த வேண்டும் என்று கருதுகிறவர்கள் தமிழைத் தாழ்த்த வேண்டிய தேவையில்லை என்பதைத் தமிழர்கள் உரத்துச் சொல்லவேண்டும். ◻

பழங்கதைகள் புதுப்பார்வை

இங்கே குறைவாக இருக்கிறது, அங்கே தேவைக்கும்மேல் கூடுதலாக இருக்கிறது, எனவே அங்கே இருந்து எடுத்துக் கொள்ளுங்கள் என்று பிள்ளைகளுக்குச் சொல்லிக் கொடுக்கிறார்கள்.

மறு வாசிப்பு என்பது இன்று எல்லாத்துறைகளிலும் நிகழ்ந்து கொண்டிருக்கிற ஒன்று. இலக்கியத்துறை அதற்கு மிக இயல்பாகப் பொருந்தும். ஏற்றுக் கொண்ட எந்த ஒன்றையும் அப்படியே கால காலத்துக்கு ஒப்புக் கொள்ளாமல் அடுத்த தலைமுறை வேறுமாதிரியாகப் பார்க்கத் தொடங்குகிறதே, அதைத் தான் நாம் மறுவாசிப்பு என்று சொல்கிறோம். சின்னக் குழந்தையிலே இருந்து நமக்குச் சொல்லப்பட்ட இரண்டு கதைகளிலே இந்த மறு வாசிப்புகள் இப்போது நிகழ்ந்து கொண்டு உள்ளன.

ஏற்கனவே நாம் நன்றாக அறிந்திருக்கிற, சின்னக்குழந்தையிலே இருந்தே நமக்குச் சொல்லப்பட்டிருக்கிற காக்காய் நரிக்கதையைச் சில ஆண்டுகளுக்கு முன்பே எழுத்தாளர் பிரபஞ்சன், கவிஞர் அறிவுமதி போன்றவர்கள் மறுவாசிப்புச் செய்திருக்கிறார்கள்.

மரத்திலே உட்கார்ந்திருக்கும் காக்காய், பாட்டி யிடத்திலே திருடிக் கொண்டு வந்த வடையை, வாயிலே வைத்திருக்கும். அதைப் பறித்துக் கொள்ளத் திட்டமிடுகிற நரி எங்கே காக்கா அழகாய் ஒரு பாட்டுப் பாடு என்று சொல்ல, ஏமாந்துபோன காகம் பாட்டுபாடும். வாயில்

இருந்த வடை கீழே விழுந்து விடும். நரி எடுத்துக் கொண்டு போய்விடும். இது காலம்காலமாக நமக்குச் சொல்லப்படுகிற கதை.

இந்தக் கதையைப் பிள்ளைகளுக்குச் சொல்வதன் மூலம் எந்த ஒரு எண்ணத்தை உருவாக்குகிறோம்? ஏமாந்து போகிற காக்கை, திருடிக் கொண்டு வருகிற காக்கை இதைத்தானே நாம் சொல்கிறோம் அல்லது ஏமாற்றுகிற நரியைப் பாராட்டுகிறோம். இந்தக் கதையை வேறுவிதமாகப் பிரபஞ்சனும், அறிவுமதியும் எழுதியிருக்கிறார்கள்.

எங்கே ஒரு பாட்டுப்பாடு என்று நரி சொல்கிறபோது, அந்த காக்கை புத்திசாலித்தனமாக அந்த வடையை எடுத்துத் தன் காலிலே வைத்துக் கொண்டு பாட்டு பாடிவிட்டு மறுபடியும் அந்த வடையை எடுத்து வாயிலே வைத்துக்கொண்டது என்கிறது அந்த மறு உருவாக்கம் அல்லது காக்கை இன்னும் பல காக்கைகளைச் சேர்த்துக் கொண்டு நரியை விரட்டி மறுபடியும் அந்த வடையை மீட்டெடுத்தது என்பது இன்னொரு வாசிப்பு. இப்படிப் பல கதைகள் பல இலக்கியங்கள் மறுவாசிப்புக்கு உள்ளாக்கப்பட்டிருக்கின்றன.

எனக்குக்கூட ஒரு கதை மீண்டும் ஒரு மறுவாசிப்புக்கு உரியதோ என்று தோன்றுகிறது. நீண்டநெடு நாட்களாக மிக அருமையான கதை என்று நமக்குச் சொல்லப்பட்டிருக்கிற, ஏடுகளிலும் இலக்கியங்களிலும் எழுதப்பட்டிருக்கிற கதை அது. மீன் விற்று வருகிற இரண்டு மூன்று பெண்கள் ஒரு சாலையின் வழியாக வருகிறபோது, பெரும் மழை பிடித்துக் கொள்கிறது. எனவே அவர்கள் ஒரு வீட்டுத் திண்ணையிலே ஒதுங்குகிறார்கள். அது ஒரு பூக் கடைக்காரனுடைய வீடு. மழை கொஞ்சம் கூடுதலாக ஆனதற்குப் பிறகு திண்ணையிலேயும் அவர்களால் தங்க முடிய வில்லை. எனவே உள்ளே இருக்கிறவர்கள், கூடையை வெளியே வைத்து விட்டு நீங்கள் வேண்டுமானால் உள்ளே வந்து தங்குங்கள் என்கிறார்கள். நல்லது என்று அந்தக் கூடையைத் துணியைப் போட்டு மூடி விட்டு (அதிலே மீன் இருக்கிறது) இந்தப் பெண்கள் உள்ளே வந்து தங்குகிறார்கள். உள்ளே வீடெல்லாம் பூக்களினுடைய வாசம். ஆனால் இந்தப் பெண்களுக்குத் தூக்கமே பிடிக்கவில்லை. என்ன செய்வது என்று புரியாமல் புரண்டு புரண்டு படுக்கிறார்கள், தூக்கம் வரவில்லை. இறுதியாய்க் கதவைத் திறந்து வெளியே இருக்கிற மீன் கூடையை எடுத்து வந்து பக்கத்திலே வைத்துக் கொண்டதற்குப் பிறகுதான் தூங்கினார்கள் என்பது அந்தக்கதை.

அதாவது என்னதான் பூமணம் வீசினாலும்கூட, அவர்கள் அந்த மீன் நாற்றத்திலேதான் உறங்கிப் பழகி இருக்கிறார்கள் என்று அந்தக் கதை சொல்கிறது. நீங்கள் நுணுகிப் பார்த்தால், இந்தக் கதைக்குள்ளே ஒரு நுண் அரசியல் இருக்கிறது. பூதான் மணம், மீன் நாற்றம் என்று இந்தக் கதை சொல்கிறது. எந்த ஒன்றும் மணமா? நாற்றமா? என்பதை அவரவர் வாழ்க்கையும் அவரவர் மனநிலையும்தான் தீர்மானிக்கும். சிலருக்கு மீன் குழம்பு நாற்றமாக இருக்கும். சிலருக்குத் தயிர்ச் சோறு நாற்றமாக இருக்கும். தயிரும் பாலும் குடிக்காதவர்கள் இந்த உலகத்தில் நிறையபேர் இருக்கிறார்கள். மீன் குழம்பின் மணம் இருந்தால்தான் உண்ணவே சிலருக்கு பிடிக்கும். அவர்களுக்குத் தயிர்ச்சோறு பார்த்தாலே பிடிக்கும். தயிர்ச்சோறு விரும்பி உண்கிறவர்களுக்கு மீன் குழம்பு பிடிக்காது. எனவே இதில் எது மணம், எது நாற்றம் என்பதை அவரவருடைய மனநிலை தீர்மானிக்குமே தவிர இதுதான் உயர்ந்தது... இது தாழ்ந்தது என்று பிரிப்பது ஒரு குறிப்பிட்ட தொழிலை ஒரு குறிப்பிட்ட வாழ்க்கை முறையை அல்லது ஒரு குறிப்பிட்ட சமூகத்தை உயர்த்தி, இன்னொரு விதமான வாழ்க்கை முறையை மேற்கொண்டிருக்கிற சமூகத்தினரைத் தாழ்த்துவது என்றுதான் ஆகும்.

இந்தக் கதைக்குள்ளே இருக்கிற இன்னொரு நுட்பமான செய்தி என்ன தெரியுமா? இவர்கள் பூவின் மணத்தின் இடையிலே இருந்தாலும்கூட, மீன் கூடையைப் பக்கத்தில் வைத்ததற்குப் பிறகுதான் தூக்கம் வருகிறது என்று சொன்னால், கிராமத்திலே சொல்வார்களே ஒரு பழமொழி, எதையோ குளிப்பாட்டி நடு வீட்டிலே வைத்தாலும் என்று... அது போல அந்த மக்களை மிகக் குறைவாகத் தாழ்த்திச் சொல்கிற கதையாகவும் இது இருக்கிறது.

மீன் விற்கிற மக்கள் நெய்தல் நில மக்கள் என்று தமிழக இலக்கியங்களிலே பாராட்டப்பட்டிருக்கின்றனர். உழைக்கிற மக்கள் அவர்கள், கடலுக்குள் போய் மீன் பிடித்து வந்து அதைக் கரைகளிலே விற்று அந்த மீன் விற்கிற காசிலே வாழ்கிற, அந்த உழைப்பை நம்பி இருக்கிற ஒரு சமூகம். எனவே மீன் அவர்களுக்கு ஒருநாளும் நாற்றமாக முடியாது. அதுதான் அவர்களின் தாய். கடல்தான் அவர்களை வாழ வைக்கிறது. கடலில்தான் அவர்கள் மீன் பிடிக்கிறார்கள், கடலில்தான் அவர்கள் உயிர் வாழ்கிறார்கள்.

எனவே மீன் என்பது அவர்களின் வாழ்க்கையோடு இணைந்த ஒரு பகுதி. எங்கோ தள்ளி இருக்கிறவர்களுக்கு அது நாற்றமாக இருக்கலாம். அதே மாதிரி மீனோடு வாழ்கிறவர்களுக்குப் பூக்கள் கூட நாற்றமாக இருக்கலாம். எனவே இதுதான் மணம் இதுதான் நாற்றம் என்று தீர்மானிப்பதோ, இது உயர்வானது... இது தாழ்வானது என்று முடிவு செய்வதோ... ஒரு சமூகத்தையும் இன்னொரு சமூகத்தையும் ஒப்பிட்டு ஒன்று உயர்வு... இன்னொன்று தாழ்வு என்று சொல்கிற மனநிலைக்குப் படிக்கிறவர்களைக் கொண்டு வந்து சேர்த்து விடும்.

இயல்பாக நம்முடைய பள்ளிக்கூடங்களிலேகூட கணக்குச் சொல்லிக் கொடுக்கிறபோது, கடன் வாங்கிக் கழித்தல் என்று ஒரு கணக்கு இருக்கிறது. இந்த எண்ணிலே இதைக் கழிக்க முடியாது, என்ன செய்யலாம்... பக்கத்திலே இருக்கிற எண்ணிலே கடன் வாங்குங்கள்... கடன் வாங்குவதற்கு அங்கேயே நாம் கற்பிக்கப் படுகிறோம். வாங்கிய கடனை இந்த எண் அந்த எண்ணுக்கு எப்போதாவது திருப்பிக் கொடுத்ததா என்றால் இல்லை. ஆனால் இதே கணக்கு சீனத்திலே எப்படிச் சொல்லிக் கொடுக்கப்படுகிறது என்பதைச் சீனாவிற்குப் போய் வந்த பேரா.நாகநாதன் போன்றவர்கள் சொல்கிறார்கள், அங்கே அந்தக் கணக்குக்குக் கடன் வாங்கிக் கழித்தல் என்கிற பெயர் இல்லை. இங்கே குறைவாக இருக்கிறது, அங்கே தேவைக்கும்மேல் கூடுதலாக இருக்கிறது, எனவே அங்கே இருந்து எடுத்துக் கொள்ளுங்கள் என்று பிள்ளைகளுக்குச் சொல்லிக் கொடுக்கிறார்கள் என்கிறார். இந்த இரண்டு பாடமும் ஒன்றுதான். ஆனால் இரண்டையும் பயிற்று விக்கிற முறைகளிலே இரண்டு பிள்ளைகளுக்குள்ளேயும் இடையிலே ஏற்படப்போகிற விளைவுகள் வேறு வேறாக இருக்கும் என்பதை நம்மாலே உணர முடிகிறது. எனவே ஏற்றுக்கொள்ளப் பட்ட செய்திகளையும்கூட மறு ஆய்வுக்கு உள்ளாக்குவது என்பது இன்றைக்கு வளர்ந்து கொண்டிருக்கிற படிப்பு முறையாக இருக்கிறது.

□

அணில் குஞ்சும் மதக்கலவரமும்

எங்கேயும் எப்போதும் ஒரு மதக்கலவரம் வருவதற்கான ஒரு சூழல் இந்த நாட்டில் இருந்து கொண்டே இருக்கிறது.

மதம் என்பது அவரவருடைய வாழ்க்கை நெறி அல்லது வாழ்க்கை முறையாக இருக்கிற வரையில் யாருக்கும் எந்தச் சிக்கலும் இல்லை. அவரவர் நெறியில் அவரவர் வாழ இந்தியா போன்ற மதச்சார்பற்ற நாடுகளில் எல்லோருக்கும் உரிமை இருக்கிறது. ஆனால் எப்போது மதநெறி எப்போது மத வெறியாக மாறுகிறதோ, அந்த நாடு கலவரத்துக்கு உள்ளாகி விடுகிறது. பொதுவாகவே உலகம் முழுவதும் நாம் ஒரு கணக்கெடுத்துப் பார்த்தால், இரண்டு நாடுகளுக்கு இடையிலே நடந்த போரில் இறந்துபோன மனிதர்களைக் காட்டிலும், இரண்டு மதங்களுக்கு இடையே நடந்த போராட்டங்களிலும், கலவரங்களிலும் இறந்துபோன மனிதர்களின் எண்ணிக்கை தான் கூடுதலாக இருக்கிறது.

அதுவும் 1992ஆவது ஆண்டு பாபர் மசூதி இடிக்கப்பட்டதற்குப் பிறகு இந்தியா முழுவதும் இதுபோன்ற கலவரங்கள் அங்கங்கே நடந்து கொண்டிருக்கின்றன. ஒரு பக்கம் கலவரம் என்றால் இன்னொரு பக்கம் மத நல்லிணக்கம் குறித்த கலை இலக்கியங்களும் வந்து கொண்டேதான் இருக்கின்றன. அப்படிப்பட்ட ஒரு சிறுகதை, மதம் என்பது அவரவர் வாழ்க்கை நெறியாக மட்டும் இருக்கட்டும், ஏன் மோதிக் கொள்கிறீர்கள் என்கிற

உணர்வை ஊட்டுகிற சிறுகதையாக உள்ளது. அணில்குஞ்சு என்பது அக்கதையின் பெயர். மிக அருமையான கதை அது. எழுதப்பட்டு சில ஆண்டுகள் ஆகிவிட்டன. இப்போதும் அந்தக்கதை பொருத்தமாக இருக்கிறது.

பாரூக் என்று ஒரு இளைஞன், 10 வயது இருக்கும். பள்ளிக்கூடத்தை விட்டு வெளியிலே வருகிறபோது, முதலில் ஒரு கூட்டத்திலே பேசுகின்ற ஒரு செய்தி அவன் காதிலே விழுகின்றது. கொஞ்ச தூரம் நடந்து வந்தால், இன்னொரு கூட்டத்திலே பேசப்படுகின்ற செய்திகளும் அவன் காதிலே விழுகின்றன. முதல் கூட்டத்திலே, பாபர் மசூதியை இடித்தது சரிதான் என்று பேசப்படுகிறது. இன்னொரு கூட்டத்தில் பாபர் மசூதியை இடித்ததினாலேதான் நாட்டிலே இத்தனை கலவரங்களும் என்று சொல்லப்படுகிறது. இரண்டையும் கேட்டுக் கொண்டு பாரூக் வருகிறபோது, மரத்தில் இருந்து தொப்பென்று ஒரு அணில் குஞ்சு கீழே விழுகிறது. அப்போதுதான் பிறந்திருக்கிற, அழகான வேகமாக ஓட முடியாத ஒரு அணில் குஞ்சு. அதைப் பார்த்தபோது, அந்த பாரூக் என்கிற சிறுவனுக்கு அந்த அணில் குஞ்சின் மீது ஒரு ஆர்வம் ஏற்படுகிறது. அதைப் பிடித்துத் தன் கைகளிலே வைத்துக் கொள்கிறான். அழகாக இருக்கிறது. அது சின்ன அணில் குஞ்சு என்பதினாலே அதனுடைய கீழ்ப்பகுதி சிவந்திருக்கிறது. அது அதற்கு மேலும் அழகூட்டுகிறது. அதன் மேலே இருக்கிற மூன்று கோடுகளையும் அவனும் ஒருமுறை தடவிக் கொடுத்து, அந்த அணில் குஞ்சைத் தன்னுடைய வீட்டுக்குக் கொண்டு வருகிறான்.

அவனுடைய அம்மா கேட்கிறாள், என்னடா இந்த அணில் குஞ்சைப் பிடித்துக் கொண்டு வந்திருக்கிறாயே என்று. அம்மா மரத்திலிருந்து தொப்பென்று விழுந்தது, அழகா இருக்கும்மா அதனால தூக்கிட்டு வந்தேன் என்று சொல்கிறான். அப்போது கறிக்கடை வைத்திருக்கிற அவனுடைய வாப்பா வீட்டுக்குள்ளே வருகிறார். அவரும் அந்த அணில் குஞ்சைப்பற்றிக் கேட்கிறார், முதலில் அவரும் அழகாய் இருக்கிறது வைத்துக்கொள் என்றுதான் சொல்கிறார். ஆனால் பாரூக் சொன்ன சில வார்த்தைகள் அவருக்குக் கோபமூட்டுகின்றன. பாரூக் சொல்கிறான் அப்பா இந்த அணில் குஞ்சுக்கு மேலே இந்த மூன்று கோடுகள் எவ்வளவு அழகா இருக்கு பாத்தீங்களா? இது ராமனுக்கு பாலம் கட்ட இந்த அணில் குஞ்சு

உதவியபோது அவர் தடவிக் கொடுத்ததினாலே வந்துச்சாம், எங்க பள்ளிக்கூடத்திலே டீச்சர் சொன்னாங்க என்று சொன்ன உடனேயே வாப்பாவுக்கு கோபம் வருகிறது. ஏன்டா ராமன் வைத்திருந்த குஞ்செல்லாம் இங்கே ஏன் கொண்டு வருகிறாய், கொண்டுபோய் முதலில் வெளியே விடு என்கிறார்.

அணில் குஞ்சு அழகாக இருக்கிறது. அதை நீ வைத்துக்கொள் என்று சொன்ன அதே மனிதர்தான், மதத்தோடு தொடர்பு படுத்தப் பட்ட உடனேயே கோபப்பட்டு, அப்படி ராமர் தடவிக் கொடுத்த அணில் என்று டீச்சர் வகுப்பிலே சொல்லிக்கொடுத்திருக்கிறார் என்றால் அதையெல்லாம் நம் வீட்டிலே வைத்துக் கொள்ளக் கூடாது, அதை முதலிலே கொண்டு வெளியே விடு என்கிறார். அந்தப் பையனுக்கு மனம் வரவில்லை. அழகாக இருக்கிற இந்த அணிலுக்குள் எப்படி மதம் வந்து சேர்ந்தது என்று அந்தச் சிறுவனுக்குப் புரியவில்லை. ஆனாலும் வாப்பாவிடத்திலே அதையெல்லாம் கேட்டு அவரோடு வாதாட முடியாது. இல்லையப்பா நான் வைத்துக் கொள்கிறேன் என்று கெஞ்சிப் பார்க்கிறான். அவர் விடுவதாக இல்லை. அம்மா இடையிலே புகுந்து, இரண்டு பேருக்கும் இடையியே ஒரு சமாதானம் செய்கிறாள். சரி, நீங்கள் சொன்னதற்கு அப்புறம் அவன் வைத்துக் கொள்ளமாட்டான், கொண்டுபோய் விட்டு விடுவான். ஆனால் இந்த ராத்திரி நேரத்திலே எங்கே கொண்டுபோய் விடுவது... அதனால் வைத்திருந்து காலையிலே கொண்டுபோய் விட்டு விடுவான் என்று அவள் சமாதானம் செய்கிறாள். அந்தச் சமாதானத்தை இரண்டு பேர்களுமே ஏற்றுக் கொள்கிறார்கள்.

காற்றுப் போவதற்கு வசதியான ஒரு கூண்டுக்குள்ளே இரவு வைத்து, அதற்குத் தேவையான தீனிகளையும் கொடுத்து அந்த அணிலின் அழகை ரசித்து ரசித்து அந்தப் பையன் பாரூக் பார்த்துக் கொண்டிருக்கிறான். மறுநாள் காலையில் பொழுது விடிகிறபோது, சொன்ன வார்த்தையைக் காப்பாற்ற வேண்டும். அப்பாவுக்கு இனிமேலும் வைத்துக் கொண்டிருந்தால் கோபம் வந்து விடும் என்று அணில் குஞ்சை எடுத்துக் கொண்டு, எடுத்த அந்த மரத்துக்கு அருகிலேயே கொண்டுபோய் விட்டு விடலாம் என்று நினைத்து அங்கே போகிறான்.

போகிறபோது அந்த ஊரைச் சார்ந்த ஆராவமுத ஐயங்கார் என்பவர் எதிரிலே வருகிறார். என்னடா அம்பி கையிலே அணில் குஞ்செல்லாம் வைச்சிண்டிருக்கிறே என்று கேட்கிறார். இந்தப் பையன் நடந்ததைச் சொல்கிறான், இங்கிருந்து நேற்று எடுத்துக் கொண்டு போனேன். இது ராமர் தடவிக் கொடுத்த அணில் என்பதினாலே வாப்பாவுக்கு கோபம் வந்து விட்டது, திரும்பவும் கொண்டுபோய் விட்டுவிடச் சொன்னார், அதற்காக வருகிறேன் என்கிறான். அப்போது ஆராவமுத ஐயங்கார் கேட்கிறார், எங்களுடைய ராமர் வைத்திருந்த குஞ்செல்லாம் நீங்கள் ஏன் கொண்டு போய் வைத்திருக்கிறேள். உங்கள் வீட்டிலெல்லாம் இருக்கக்கூடாது, இங்கே கொண்டு விட்டு விடுவதுதான் சரி என்கிறார். யாருமே அதை ஒரு அணிலாக... ஒரு உயிராகப் பார்க்காமல் மதத்தோடு இணைத்து இணைத்துப் பார்க்கிறார்கள்.

அந்த நேரத்திலே பாருக்கினுடைய அப்பா அந்த இடத்துக்கு வருகிறார். பையனிடம் என்ன பேசிக்கொண்டிருக்கிறீர்கள் என்று அவரைப் பார்த்து இவர் கேட்கிறார். அவர் நடந்ததைச் சொன்னபோது, வாப்பாவுக்கு மறுபடியும் கோபம் வருகிறது. ராமருக்கு உதவி செய்த அந்த அணில் குஞ்சை நம் வீட்டுக்கு ஏன் கொண்டு வருகிறாய் என்று கேட்ட அதே அப்பாதான், இப்போது ஆராவமுத ஐயங்கார் கேட்ட உடனே, ஏன் நாங்கள் அணில் குஞ்சை வைத்துக் கொள்ளக்கூடாது. அது உங்களுக்கு மட்டும்தான் சொந்தமா? அணில் எல்லாருக்கும்தான் சொந்தம். இதிலே நீங்கள் எப்படிச் சொந்தம் கொண்டாடுவது, உங்கள் மதத்துக்கும் அணிலுக்கும் என்ன சம்பந்தம் என்று கேட்கிறார். இரண்டு பேருக்கும் வாய் வாதம் வலுக்கிறது.

சின்னப்பையனுக்கு என்ன செய்வதென்று புரியவில்லை. கொஞ்ச நேரத்திலே இந்தப் பக்கத்திலிருந்து இரண்டு பேர் வருகிறார்கள், அந்தப் பக்கத்திலே இருந்து ஒருவர் வருகிறார். கொஞ்சம் கொஞ்சமாக விவாதம் சூடேறுகிறது. அணில்குஞ்சை ஒரு இஸ்லாமியர் தன் வீட்டிலே வைத்துக் கொள்ளலாமா? கூடாதா? என்கிற ஒரு தேவையற்ற விவாதம், அந்த இடத்திலே ஒரு சண்டையாக மாறுகிறது. பலரும் கூடுகிறார்கள், இந்த நேரத்தில் பாருக்கினுடைய அம்மாவும் அங்கே வந்து சேருகிறாள். அவள் சொல்கிறாள், போகிற போக்கைப் பார்த்தால், இந்த அணில்

குஞ்சினால் பத்துக் கொலை விழும் போல இருக்கிறது, வேண்டாம் பாரூக் விட்டு விடு என்கிறாள். அதை நான் விடுவதற்குத்தானே வந்தேன் அம்மா, அதற்குள் இவ்வளவு பெரிய சண்டை வந்து விட்டதே என்கிறான்.

அமைதியாக... அன்பாக இருந்தவர்களிடத்திலே மதம் இப்படி ஒரு கலவரத்தைத் தூண்டி விடுகிறது என்று இந்தக் கதை மிக அழகாகச் சொல்கிறது. அதற்குப் பிறகும் அதை வைத்துக் கொண்டிருக்க மனமில்லாமல் அந்தப் பையன் அணில்குஞ்சை கீழே விட்டு விடுகிறான். அப்போது மரத்திலிருந்து ஒரு பருந்து ஓடி வந்து அந்த அணில் குஞ்சைக் கவ்விக்கொண்டு போய்விடுகிறது. இந்த ஊரில் மதக் கலவரம் வந்து விடாமல் இருக்க வேண்டுமென்று அந்த அணில்குஞ்சு தன்னைத் தியாகம் செய்து கொண்டு விட்டது என்று அந்தக் கதை முடிகிறது.

எங்கேயும் எப்போதும் ஒரு மதக்கலவரம் வருவதற்கான ஒரு சூழல் இந்த நாட்டில் இருந்து கொண்டே இருக்கிறது என்பதை அப்படியே படம் பிடித்து காட்டுகிற ஒரு அருமையான சிறுகதையாக இந்தக் கதை இருக்கிறது. இந்த கதையை எழுதிய எழுத்தாளர் யார் என்று சொல்ல நான் மறந்து விட்டேன். அத்தனை பேரும் அறிந்த ஒரு எழுத்தாளர் தான் அவர். நம்முடைய தமிழக முதலமைச்சர் கலைஞர் அவர்கள் எழுதியிருக்கிற கதைதான் இந்த அணில்குஞ்சு என்கிற சிறுகதை

◻

கள்ளும் மீனும் கலந்த தமிழ்

மனம் மாறுகிறபோது, வெளிச் சூழல்கள் மாறுகிறபோது, அறிவியல் வளர்ச்சி பெறுகிற போது, அதற்கு ஏற்பச் சில பண்பாடுகளும் மாறிக்கொண்டுதான் இருக்கும்.

நாகரிகம் மட்டுமல்ல, பண்பாடும்கூடக் காலம் தோறும் மாறிக் கொண்டேதான் இருக்கிறது. பொதுவாகச் சொல்லப்படுகிற செய்தி, நாகரிகம் என்பது நகர் என்கிற சொல்லிலே இருந்து வந்தது... மாறிக் கொண்டே இருப்பது. பண்பாடு என்பது பண்பின் அடித்தளமானது எப்போதும் ஆழமாக வேரூன்றி இருப்பது என்று நாம் கருதுகிறோம். ஆனால் கால ஓட்டத்திலே பார்த்தால், ஒரு இனத்தினுடைய, ஒரு சமூகத்தினுடைய பண்பாடுகூட மாறிக் கொண்டு தான் இருக்கிறது. நம்முடைய பழைய மரபுகளை எல்லாம் அப்படியே பின்பற்றி விட முடியாது. தமிழ்ப் பண்பாடு அனைத்தையும் நாம் மறுபடியும் மீட்டெடுத்து இன்றைக்கும் நிலை நிறுத்த முடியாது. சங்க இலக்கியப் பாடல்கள் முழுவதிலும் கள் அருந்திய மாந்தர்களை நம்மாலே பார்க்க முடிகிறது. ஆண்கள் மட்டுமின்றி அவர்களுக்குச் சமமாகப் பெண்களும் கள் அருந்தி மகிழ்ந்திருக் கிறார்கள் என்று சங்க இலக்கியப் பாடல்கள் பல நமக்கு உணர்த்துகின்றன.

மீன் ஊன் கள்ளும் கலந்த தமிழ் என்றே ஒரு புத்தகத்துக்குத் தலைப்பிட்டு ஆராய்ச்சியாளர் குருவிக் கரம்பை வேலு அவர்கள் சங்க இலக்கியங்களிலே எங்கெல்லாம் கள் பற்றிய

செய்திகள் வந்திருக்கின்றன, எவ்வளவு கள் குடித்திருக்கிறார்கள் என்பதையெல்லாம் பட்டியலிட்டுக் காட்டுகிறார். அதுபோலவே எத்தனை விதமான மீன்களை உண்டிருக்கிறார்கள், மான் உப்புக்கண்டம் சாப்பிட்டிருக்கிறார்கள், நண்டுக்கறியை விரும்பி உண்டிருக்கிறார்கள் என்று பழைய தமிழ் மக்களினுடைய உணவுப் பழக்கம், மது அருந்தும் பழக்கம் அனைத்தையும் அந்த நூல் மிகப்பெரியதாகப் பட்டியலிட்டுக் காட்டுகிறது.

அகநானூற்றில் பல பாடல்களில் கள் அருந்துகிற செய்தி வருகிறது, அதுவும் எப்படி என்றால் ''செந்நெல் வினைஞர் கள் கொண்டு மருகும் சாகாடு'' என்று ஒரு வரி சொல்கிறது. சாகாடு என்றால் வண்டி, ஒரு வண்டி நிறையக் கள் போகிறது. செந்நெல் வினைஞர்களுக்காக, இந்த நெல்லை எல்லாம் விளைவித்துக் கொடுக்கும் உழவர்களுக்காக, அவர்கள் அருந்துவதற்காக கள் கொண்டு மருகும் சாகாடு என்று வருகிறது. அகநானூற்றினுடைய இன்னொரு பாடல்

''நறவு உண்டு இருந்த தந்தைக்கு
வஞ்சி விறகின் சுட்டு வாய் உறுக்கும்''

என்கிறது. அதாவது தேனை (தேன் என்பது மதுதான்) உண்டிருந்த தந்தைக்கு விரால் மீனைச் சுட்டு வாயிலே ஊட்டி விடுகிற அவனுடைய மகள் என்று ஒரு காட்சி இருக்கிறது. இன்றைக்குத் தந்தை கள் அருந்தி விட்டு வந்தால், மகளும் மனைவியும் வருத்தப்படுவார்களே தவிர அவருக்கு விரால் மீனைச் சுட்டு வாயிலே ஊட்டி விடமாட்டார்கள்.

பண்பாட்டிலேகூட மாற்றம் வந்திருக்கிறது. அன்றைய வாழ்க்கை முறை அப்படி இருந்தது. எனவே பழைய தொன்மையான மரபு என்பதற்காக மட்டுமே, நாம் எல்லாவற்றையும் ஏற்றுக்கொண்டு விட முடியாது. சில நேரங்களில் மூடநம்பிக்கைகள் பழமையாக இருக்கின்றன. சாதிகூடப் பழமையானது. கற்பு என்கிற கோட்பாடு பழமையானதுதான். எனவே பழமையானது என்பதற்காக அப்படியே அதைப் பாராட்டி நடைமுறையிலே கொண்டு வந்து விட முடியாது. அதே நேரத்தில் கள் அருந்துதல் தமிழர்களின் பண்பாடல்ல... பழக்கமல்ல என்று நாம் மறுத்துச் சொல்லி விடவும் முடியாது. பெரிய அறிஞர்கள் எல்லாம் மது அருந்தி இருக்

கிறார்கள். அவ்வையார் போன்ற பெண்பாற் புலவர்கள் எல்லாம் கள் அருந்தியிருக்கிறார்கள். புறநானூற்றுப் பாடல் ஒன்று சொல்கிறது அதியமானைப் பற்றி, அதியமான் இறந்ததற்குப் பிறகு அவனை நினைத்து வருந்திப் பாடுகிறபோது, அவ்வை ஒரு பாடலைப் பாடுகிறாள். அவ்வை என்றாலே ஒரு பாட்டி என்பதைப் போலக் கருதுகிறோம். கவிஞர் இன்குலாப் தன்னுடைய அவ்வை என்கிற நூலிலே காட்டுவதுபோல, அவ்வை சிறு வயதுப் பெண்ணாக இருந்தபோதுதான், அந்தப் பாடல்களைப் பாடியிருக்க வேண்டும். அதுமட்டுமல்லாமல் அதியமான் தன் தலையை வருடிக் கொடுத்த அந்தக் காட்சிகளையெல்லாம் அவ்வை சொல்கிறபோது, கவிஞர் இன்குலாப் சொல்வதைப்போல அவ்வைக்கும் அதியனுக்கும் இருந்த ஒரு அன்பும்கூட நமக்குப் புலப்படுகிறது.

இனிப் பாடுநரும் இல்லை... பாடுநர்க்கு வழங்குநரும் இல்லை என்று அவன் இறந்ததற்குப் பிறகு வருந்தி அவ்வை பாடுகிறாள். அந்தப் பாட்டினுடைய தொடக்கம் எப்படி அமைந்திருக்கிறது என்றால்,

"சிறிய கட் பெறினே எமக்கீயும் மன்னே
பெரிய கட் பெறினே
யாம் பாடத், தாம் மகிழ்ந்து உண்ணும்"

என்று அந்தப் பாட்டு வருகிறது.

அதாவது, போதை குறைவான கள் கிடைத்தால், அதை அதியமான் எனக்கு மட்டும் கொடுத்து விடுவான். கூடுதல் போதை தரும் கள் கிடைக்குமானால், எனக்கும் கொடுத்து என்னைப் பாடச் சொல்லி, அவனும் அந்தப் போதையிலே என்னுடைய பாட்டை ரசிப்பான் என்று அந்தப் பாட்டிலே ஒரு வரி வருகிறது. புறநானூற்றிலே இருக்கிறது. எனவே அவ்வையும் அதியனும் மகிழ்ந்து கலந்து மது அருந்தியிருக்கிறார்கள் என்பதைப் புறநானூற்றுப் பாட்டுச் சொல்கிறது. இதை ஒரு பண்பாட்டுச் சீரழிவு என்று நாம் கருதவேண்டியதில்லை. மேலை நாடுகளிலே இன்றைக்கு நாம் பார்க்கிறபோது, ஆண்களும் பெண்களும் மது அருந்துகிறார்கள், அது அவர்கள் பண்பாடு. நமக்கு அப்படி யெல்லாம் இல்லை என்று நாம் சொல்கிறோம். ஆனால் சங்க இலக்கியத்திலே ஆணும் பெண்ணும் மது அருந்திய செய்திகள்

எல்லாம் இப்படிப் பாட்டுகளிலே இடம் பெறுகின்றன. எனவே சங்க காலத்திலே இருந்தவர்கள் மது அருந்திய காரணத்தினால் நாமும் அப்படிக் கள் அருந்த வேண்டியதில்லை. அதைப்போலவே மது என்பதை அவ்வளவு கடுமையாக நாம் பார்க்க வேண்டியதும் இல்லை.

இது இந்த உலகின் இயல்பிலே ஒன்று. பருவ காலத்தை ஒட்டிய ஒன்று. ஒரு காலத்திலே இந்த நாட்டினுடைய பருவ நிலை வேறு மாதிரியாகக்கூட இருந்திருக்கலாம். எனவே அவரவருடைய வாழ்க்கைமுறை, அவரவர் வாழ்கிற அந்த நாட்டினுடைய பருவ நிலை, இவற்றையெல்லாம் ஒட்டித்தான் பண்பாடு அமைகிறதே தவிர, பண்பாடு என்பது வரையறுக்கப்பட்ட மாற்ற முடியாத, ஆயிரமாயிரம் ஆண்டுகளுக்கும் மேலாக நிலையாக இருக்கக்கூடிய ஒன்று என்று நாம் கருத வேண்டியதில்லை.

மனம் மாறுகிறபோது, வெளிச் சூழல்கள் மாறுகிறபோது, அறிவியல் வளர்ச்சி பெறுகிறபோது, அதற்கு ஏற்பச் சில பண்பாடுகளும் மாறிக்கொண்டுதான் இருக்கும். அது உணவிலே ஆனாலும் சரி, உடையிலே ஆனாலும் சரி, எல்லாவற்றிலும் அந்த மாற்றங்கள் வரும். உடுத்துவது என்பது வெறும் நாகரிகம் சார்ந்தது என்று கருத வேண்டியதில்லை. அந்த உடுத்துதல் என்பது நாகரிகம், பண்பாடு எல்லாவற்றோடும் இணைந்ததுதான். நாகரிகத்தையும் பண்பாட்டையும் அவ்வளவு துல்லியமாகக் கோடு போட்டு நாம் பிரித்து விட முடியாது. காலமாற்றத்துக்கு ஏற்ப எல்லாத்துறை களிலும், எல்லா நிலைகளிலும் மாற்றங்கள் வந்து கொண்டுதான் இருக்கும். நல்ல மாற்றங்களைக் கொள்ளவும், அல்லாத மாற்றங ்களைத் தள்ளவும் ஒரு சமூகம் அறிந்து வைத்துக் கொள்ளவேண்டும் என்பதுதான் முக்கியமானது.

◻

அம்பேத்கரின் பொருளியல் பார்வை

இந்தியா போன்ற நாடுகள், இன்றைக்கு ஒரு கலப்புப் பொருளாதாரத்திலே இருக்கின்றன. முழுக்க அரசுடைமையும் இல்லை... முழுக்கத் தனியுடைமையும் இல்லை.

அண்ணல் அம்பேத்கர் ஒரு சமூகப் போராளி என்பதும், சட்ட மேதை என்பதும், பலரும் பரவலாக அறிந்து வைத்திருக்கிற ஒரு செய்தி. இரண்டும் உண்மைதான். இரண்டையும் தாண்டி அவர் ஒரு பொருளியல் மேதையாகவும் இருந்திருக்கிறார். அவர் பொருளியல் கட்டுரைகளுக்காக... ஆய்வேடுகளுக்காக பல பட்டங்களைப் பெற்றவர். பிரிட்டிஷ் இந்தியாவில் மாகாண நிதியத்தினுடைய தோற்றம் என்கிற ஆய்வேட்டுக்காகப் பட்டம் பெற்றவர் அவர். ரூபாய்ச் சிக்கல் என்ற ஆய்வேட்டுக்காக டாக்டர் ஆப் சயின்ஸ் என்கிற பட்டத்தையும் பெற்றவர்.

எனவே பொருளாதாரத்திலே பல்வேறு செய்திகளை... கருத்துக் களை அம்பேத்கர் இந்த நாட்டுக்குச் சொல்லியிருக்கிறார். அவருடைய பொருளாதாரக் கோட்பாடுகள் என்ன என்பதைச் சுருக்கி வகுத்துப் பார்ப்பது அவ்வளவு எளிய செயல் அன்று. மிகப்பெரிய அளவில், எந்த அளவுக்குச் சமூக நீதிபற்றி, எந்த அளவுக்குச் சட்டம் பற்றி... அம்பேத்கர் நூல்களை எழுதியிருக்கிறாரோ அந்த அளவுக்கு விரிவாகப் பொருளாதாரம் பற்றியும் நூல்களை அவர் எழுதியிருக்கிறார். சாரமான சில செய்திகளை நாம் பார்க்க

வேண்டுமென்றால், தொழில்மயமாவதையும், தேசிய மயமாவதையும் அம்பேத்கர் வரவேற்கிறார். தொழில்மயமாதல் என்பதைச் சில நிபந்தனைகளோடு தான் வரவேற்கிறார். ஐரோப்பாவிலே இருப்பதுபோல, தொழில் புரட்சி அல்லது தொழில் மயம் அல்ல. அம்பேத்கர் முன் வைக்கிற கொள்கை. ஆசியாவுக்கு ஏற்ற வகையில் வேளாண்மை சார்ந்த தொழில் மயமாதல் என்பதை அவர் வலியுறுத்துகிறார்.

வேளாண்மையை விட்டு விட்டுத் தொழில் மயமாதலை இந்தியாவிலே வளர்த்திருக்க முடியாது. ஆனால் இன்றைக்குக்கூட நிலைமைகள் மாறிக்கொண்டே இருக்கின்றன. இவ்வளவு பெரிய வேளாண் நிலங்கள் தேவைதானா என்கிற கேள்வியைப் பொருளாதார நிபுணர்கள் கேட்கிறார்கள். வேளாண் நிலங்கள், விளை நிலங்கள் என்பன கொஞ்சம் கொஞ்சமாகத் தொழில் மயமாக மாற்றப்படுவது உலகம் முழுவதும் நடந்து கொண்டிருக்கிற ஒன்றாக இருக்கிறது. இப்படித் தொழில் மயமாதல் என்பதைக் கூறுகிற அம்பேத்கர், தேசிய மயமாதல் என்பதையும் வலியுறுத்து கிறார்.

தேசிய மயமாதல் என்பதிலேயும் சில நிபந்தனைகளை வைக்கிறார். மாநில சுயாட்சி என்று இன்றைக்கு எழுப்புகிற கோரிக்கையை அன்றைக்கு அம்பேத்கர் ஏற்றுக்கொள்ளவில்லை. மாநில சுயாட்சி என்பதை அவர் கூறவில்லை. வலிமையான மத்திய அரசு என்பதுதான் அவருடைய பார்வையாக இருந்தது. அன்றைய சூழலில் அவர் அப்படிக் கருதியிருக்கலாம். ஆனால் ஒன்றை மிகக் கவனமாகக் குறிப்பிடுகிறார். விற்பனைவரி என்பது மாநிலங் களுக்குப் போயாக வேண்டும். மாகாண நிதியத்தினுடைய தோற்றம் என்பதிலே அவர் வைக்கிற அடிப்படையான செய்தி விற்பனை வரி என்பது மாநில அதிகாரத்துக்கு உட்படவேண்டும். கொஞ்சம் கொஞ்சமாக வருமானத்தின் மூலமாகக் கூட்டப்பட வேண்டும் என்பது ஒரு முக்கியமான பொருளாதாரப் பார்வையாக இருக்கிறது.

அவருடைய இன்னொரு பொருளியல் சிந்தனை, மது விலக்கு தேவையில்லை என்பது. பலருக்கும் இது வியப்பாக இருக்கும். அடித்தட்டு மக்களுக்கு மது விலக்கே நன்மை பயக்கும் என்று நாம் கருதுகிறோம். அதை அம்பேத்கர் மறுக்கவில்லை. ஆனால் அதே

நேரத்திலே அவர் இன்னொரு பார்வையை முன் வைக்கிறார். உழைக்கிற மக்களுக்குச் சில நேரங்களிலே அது தேவைப்படுகிறது என்பது மட்டுமல்லாமல், ஒருவரைப் பசியிலிருந்து முதலில் விடுவிக்க வேண்டுமா, அல்லது போதையிலிருந்து விடுவிக்க வேண்டுமா என்றால், பசியில் இருந்து விடுவிப்பதுதான் முதல் பணி என்கிறார். அரசிற்கான வருமானத்திற்கு இது உதவும், மது விலக்கு என்பது கள்ளச்சாராயத்திற்கு வழி வகுக்கும் என்று அன்றைக்கே அம்பேத்கர் அழுத்தமாகச் சொல்கிறார்.

அவர் திரும்பத் திரும்ப அழுத்தமாகச் சொல்லியிருக்கிற இன்னொரு செய்தி, ராணுவத்துக்கான செலவை அனைத்து நாடுகளும் குறைக்க வேண்டும் என்பதுதான், ஆனால் இன்றைக்கு உலக நாடுகள் அனைத்தும் தங்களினுடைய மொத்த வருமானத்தில் பாதிக்கும் மேலாக, ராணுவத்திற்குத்தான் செலவிட்டுக் கொண்டிருக்கின்றன. இன்றைக்கு நாடுகள் முழுவதும் போரும் அழிவுமாக இருப்பதற்குக் காரணம், எல்லா நாடுகளும் தற்காப்பு என்கிற பெயரிலே ராணுவச் செலவை கூட்டிக் கொண்டிருக்கின்றன. பக்கத்தில் இருக்கிற நாட்டைக் காட்டி இந்த நாடு ராணுவச் செலவைக் கூட்டுகிறது. இந்த நாட்டைக் காட்டி பக்கத்திலே இருக்கிற நாடு ராணுவச் செலவைக் கூட்டுகிறது. பல நேரங்களில் அடுத்த நாட்டோடு போரிடுவதற்குக்கூட அல்ல. உள்நாட்டு மக்களை ஒடுக்குவதற்குத்தான் பல நாடுகளிலே ராணுவச் செலவு கூடிக் கொண்டிருக்கிறது. பக்கத்திலே இருக்கிற ஸ்ரீலங்கா நாடு 20, 30 ஆண்டுகளிலே எந்த நாட்டோடும் போரிலே ஈடுபடவில்லை. ஆனால் தன்னுடைய மொத்த வருமானத்திலே 60 விழுக்காட்டுக்கு மேலாக ராணுவச் செலவுக்குத்தான் அது செலவிடுகிறது. அது உள்நாட்டு மக்களை ஒடுக்குவதற்கும், தமிழ் மக்களை அழிப்பதற்காகவும்தான் என்பதை நாம் அறிவோம்.

எனவே ராணுவச் செலவை உலகம் முழுவதும் இருக்கிற நாடுகள் எல்லாம் குறைக்க வேண்டும். ஏனென்றால் இது ஒரு நாடு இன்னொரு நாட்டோடு பின்னிப் பிணைந்த செய்தியாக இருக்கிறது. நான் மட்டும் குறைத்தால் எப்படி, அவன் கூட்டுகிறானே என்கிற கேள்வி வரும். ஆகையினாலே உலக நாடுகள் ராணுவச் செலவைக் குறைக்க வேண்டும் என்பதை உலக நாடுகள் அவை கணக்கிலே எடுத்துக் கொள்ளவேண்டாமா? இன்றைக்குப் பல ஒப்பந்தங்

களைப் பல நாடுகள் சேர்ந்து ஏற்கின்றன. எத்தனையோ விதமான ஒப்பந்தங்கள் அன்றாடம் கையெழுத்தாகின்றன. ஆனால் ராணுவச் செலவை எல்லா நாடுகளும் குறைத்தாக வேண்டும் என்கிற ஒப்பந்தம் நிறைவேற்றப்படுகிறபோது, அந்தச் செலவு முழுவதும் மக்கள் நலன் நோக்கியதாக ஆகும் என்பது அம்பேத்கரினுடைய திட்டம். அந்தச் செலவு குறையக் குறைய, இந்தச் செலவுக் கூடும். ஆகையினாலே நம் சமூகக் காப்புத் திட்டம் என்பதைப் பொருளாதாரத் திட்டத்திலே இருந்து பிரிக்க முடியாத திட்டம் என்று அம்பேத்கர் பார்க்கிறார்.

இந்தியா போன்ற நாடுகள், இன்றைக்கு ஒரு கலப்புப் பொருளாதாரத்திலே இருக்கின்றன. முழுக்க அரசுடமையும் இல்லை... முழுக்கத் தனியுடைமையும் இல்லை. இப்படிக் கலப்புப் பொருளாதாரத்திலே இருக்கிறபோதும் தனியார் துறைகளிலே பணியாற்றுகிற ஒடுக்கப் பட்ட மக்கள் உள்பட அத்தனை பேருக்கும் பணிப் பாதுகாப்பிலே இருந்து எல்லாம் அரசினுடைய பொறுப் பிலே சேர்ந்து வரவேண்டும் என்பதைத்தான் சமூகக் காப்புத் திட்டம் என்று அவர் சொல்கிறார். தனியார் நிறுவனம் என்பதினாலே நினைத்தவுடனேயே விலக்கி விட முடியாது. உடனே முறையிடுவதற்கு, அரசிடத்திலே போவதற்கு உரிமை இருக்க வேண்டும். அதை நிலை நிறுத்துவதற்கு அரசிற்கு உரிமை இருக்க வேண்டும் என்று சொல்கிறார்.

எனவே அம்பேத்கரினுடைய பொருளாதாரத் திட்டங்கள் என்பதை நாம் பார்த்தால், அவை வெறும் பணத்தோடு சம்பந்தப் பட்டதாக இல்லாமல், மக்கள் வாழ்க்கையோடும் சமூகத்தோடும் தொடர்புடையனவாக இருக்கின்றன. அவர் ஒரு சமூகப் போராளி என்கிற காரணத்தினாலே அவருடைய பொருளியல் சிந்தனை களும்கூட மிகுந்த சமூக அக்கறை கொண்டனவாக இருக்கின்றன. அம்பேத்கரினுடைய சட்டத்தை, அம்பேத்கரினுடைய சமூகக் கோட்பாடுகளைப் பார்க்கிற அதே வேளையில் அம்பேத்கரி னுடைய பொருளியல் கொள்கைகளையும் ஆழ்ந்து நோக்க வேண்டிய கட்டத்திலே நாம் இருக்கிறோம்.

◻

மருத்துவ உலகின் வளர்ச்சி

உலகம் வியக்கிற அளவுக்கு பெரிய நிலையிலே நம்முடைய மருத்துவர்கள் வளர்ந்து கொண்டிருக்கிறார்கள். மருத்துவம் மிகச் செழிப்பாக இருக்கிற இடங்களிலே நம்முடைய நாடும் ஒன்று. பல்வேறு புதிய கருவிகள் எல்லாம் நமக்கு வந்து சேருவதற்கு நாளானாலும்கூட, மருத்துவமுறை என்பது இங்கே மிகச் சரியாக இருக்கிறது.

ஒரு பக்கத்தில் புதிய புதிய நோய்கள் வந்து கொண்டிருந்தாலும், மறுபக்கத்தில் பழைய நோய்களுக்கான மருத்துவ விஞ்ஞானக் கண்டுபிடிப்புகள் நடந்து கொண்டேதான் இருக்கின்றன. ஒரு காலத்தில் தீர்க்க முடியாத வியாதிகள் என்று கருதப்பட்டவைகள் எல்லாம் இன்று சரி செய்யப்படுகின்றன... குணமாக்கப்படுகின்றன.

ஒரு குறிப்பிட்ட காலத்தில் மலேரியா நோய் வந்தாலே, செத்துப் போய்விடுவார்கள் என்கிற நிலை இருந்தது. மலேரியா எதனாலே வருகிறது என்று கண்டுபிடிக்க முடியாத ஒரு கட்டம்கூட இருந்தது. அது ஒரு கெட்ட காற்றினால் வருகிறது என்று கருதித்தான் மலேரியா என்று பெயரே வைத்தார்கள். மால்+ஏர் என்பதுதான். மலேரியா (மால் என்றால் கெட்ட என்று பொருள்.) எவையெல்லாம் தவறாக இருக்கின்றனவோ அவற்றை எல்லாம் மால் என்கிற சொல்லால் ஆங்கிலத்தில் குறிக்கின்றனர். யாராவது தவறான வழிமுறைகளைப் பின்பற்றினால், ஒரு தேர்விலே அடுத்தவனைப் பார்த்து எழுதினால், அதற்கு மால் பிராக்டீஸ் என்று பெயர். நிர்வாகம் தவறாக இருந்தால் மால் அட்மினிஷ்டிரேஷன் என்று நாம் சொல்கிறோம். அதுபோல மலேரியா என்பது,

கெட்ட காற்றினாலே வரும் நோய் என்று கருதப்பட்டது. பிறகு உண்மை அறியப்பட்டு, அதற்குரிய மருந்தும் கண்டுபிடிக்கப்பட்டது. இன்றைக்கு மலேரியாவை எளிய மருந்து, மாத்திரை மூலமாகக் குணப்படுத்தி விடுகிறார்கள்.

அதற்குப் பிறகு டி.பி. என்று அறியப்பட்ட காசநோய்க்கு மருந்து இல்லாமலேயே இருந்தது. காசநோய் வந்தால் அது இறப்பிலேதான் போய் முடியும், நாட்களை எண்ணிக்கொள்ள வேண்டியதுதான் என்கிற அளவுக்கு அந்த நோயினுடைய ஆதிக்கம் இருந்து கொண்டிருந்தது. ஆனால் இன்றைக்கு அந்தக் காசநோய் மிக எளிமையாகக் குணப்படுத்தப்படுவதை பார்க்கிறோம். சின்னக் குழந்தைகளுக்கேகூட அந்த நோய் வருவதை ஆங்கிலத்தில் மருத்துவ மொழியில் Primary complex என்று சொல்கிறார்கள். அவைகளையெல்லாம் எளிதாகக் குணப்படுத்தி Primary complex இருந்த குழந்தைகள் வளர்ந்து இன்றைக்கு ஆரோக்கியமாக இருப்பதையெல்லாம் நாம் பார்க்கிறோம்.

இவைகளையெல்லாம் தாண்டி இன்றைக்கும்கூட ஒரு பெரிய அறைகூவலாக இருக்கிற நோய் புற்றுநோய்தான். கேன்சர் என்று அதைச் சொல்வர். கேன்சர் என்றால் தமிழில் நண்டு என்று பொருள். நண்டு எப்போதும் பல வளைகளை வைத்திருக்கும், பல வழிகளை வைத்திருக்கும். ஒரு வளைக்குள்ளே போகிற நண்டு அதன் மூலம்தான் திரும்ப வரும் என்று எதிர்பார்க்க முடியாது. இங்கே போகிற நண்டு ஒரு கிலோ மீட்டருககு அந்தப்பக்கத்திலிருந்து ஒரு திறப்பின் மூலமாகக்கூட வெளியே வரும். அப்படித்தான் இந்தப் புற்றுநோயும். ஓரிடத்தில் தோன்றினால் இன்னொரு இடத்திற்குப் பரவும். இப்படி உடல் முழுவதும் அதற்கான வளைகளும் வழிகளும் இருக்கும் என்பதால்தான் நண்டு என்கிற பொருளிலே கேன்சர் என்று பெயர் சூட்டியிருப்பார்களோ என்னவோ!

இன்றைக்கு அமெரிக்காவிலே சங்கீதாபாட்டியா என்கிற ஒரு பெரிய பேராசிரியர். அவருடைய தலைமையிலே புற்றுநோய்க்கான நிரந்தரமான மருந்துகளைக் கண்டுபிடிப்பதிலே அங்கு தீவிரமாக இறங்கி இருக்கிறார்கள். உலகம் முழுவதும் அந்த ஆய்வுகள் நடைபெற்றுக் கொண்டிருக்கின்றன. நம்முடைய நாட்டிலேயும்கூடப் புற்றுநோய் முதல்நிலை, இரண்டாம் நிலை என்கிற நிலையிலே இருந்தால் கண்டிப்பாக நம்முடைய மருத்துவம் அதைக்

குணப்படுத்தி விடுகிறது. உலகம் வியக்கிற அளவுக்கு பெரிய நிலையிலே நம்முடைய மருத்துவர்கள் வளர்ந்து கொண்டிருக்கிறார்கள். மருத்துவம் மிகச் செழிப்பாக இருக்கிற இடங்களிலே நம்முடைய நாடும் ஒன்று. பல்வேறு புதிய கருவிகள் எல்லாம் நமக்கு வந்து சேருவதற்கு நாளானாலும்கூட, மருத்துவமுறை என்பது இங்கே மிகச் சரியாக இருக்கிறது. பல நேரங்களிலே விலை உயர்ந்ததாக இருக்கிறது என்பது வேறு செய்தி. புற்றுநோய்க்குத் தொடக்கத்தில் இருந்தே நம்மை நாம் பரிசோதித்துக் கொள்கிற ஒரு முறை மக்களுக்கும் இருக்குமானால் நோய்த்தடுப்பு எளிதாக இருக்கும். எல்லாவற்றையும் மருத்துவமும்... மருத்துவர்களும் சரி செய்து விட முடியாது. மக்களும் ஒத்துழைக்க வேண்டும். உடல் நலம் பற்றிய விழிப்புணர்ச்சி வேண்டும். எப்போதும் உடல் நலம் பற்றிக் கவலைப்பட்டுக் கொண்டிருக்க வேண்டும் என்பதில்லை. ஆனால் அவ்வப்போது சரியாக மருத்துவச் சோதனைகளை நாம் செய்து கொண்டால் தொடக்க நிலையில் நோய்கள் இருக்கிறபோதே, நாம் அறிந்து கொள்ள முடியும். அப்படி அறிந்து கொண்டால் குணப் படுத்தி விட முடியும்.

இன்றைக்கு அந்த சங்கீதாப்பாட்டியா தன்னுடைய ஆய்வினுடைய வெளிப்பாடாக ஒன்றை அண்மையிலே அறிவியல் இதழிலே வெளிப்படுத்தியிருக்கிறார். வேதியியல் பொருள்கள் கொண்ட துகள்களை உடலுக்குள் செலுத்துவது. அந்தத் துகள்கள் புற்றுநோய்க் கட்டிகளினுடைய நுண் இடுக்குகளில் உள்ளே புகுந்து அந்தக் கட்டிகளுக்குள்ளாகவும் போய் விடுகின்றன. பிறகு அதனுடைய காந்த சக்தியின் மூலமாக உள்ளே எந்த நிலையில் நோய் இருக்கிறது என்பதைக் கண்டுபிடித்துவிட முடியும். அதற்கான இயந்திரங்கள் எல்லாம் இருக்கின்றன. நாம் சுருக்கமாக அறிந்து வைத்திருக்கிற பெயர் எம்.ஆர்.ஐ. மெஷின் என்பது. இன்றைக்கு எம்.ஆர்.ஐ. மூலம்தான் கண்டுபிடிக்கிறார்கள். எம்.ஆர்.ஐ. ஸ்கேன் என்று சொல்வார்கள், அதிலே படம் எடுத்து பார்க்கிறபோது, அதனுடைய நிலை என்னவாக இருக்கிறது, கட்டி எப்படி இருக்கிறது என்பதை அறிய முடிகிறது.

இன்னும் சில ஆண்டுகளில், புற்றுநோய் கண்டும் அஞ்ச வேண்டியதில்லை என்னும் நிலையை மருத்துவ உலகம் கொண்டு வந்துவிடும் என நம்பலாம்.

◻

பிள்ளைகளின் கல்வி பெரியாரின் தாகம்

*ச*மத்துவம்தான் தந்தை பெரியாரின் கொள்கையே தவிர, சிலர் சொல்வதுபோல துவேஷம் அவர் கொள்கை இல்லை. துவேஷம் என்பது அவருடைய இயல்பே அன்று. உலகத்தில் உள்ள மக்களையெல்லாம் நேசித்தவர் தந்தை பெரியார். யாரெல்லாம் ஒடுக்கப்படுகிறார்களோ அவர்களையெல்லாம் கூடுதலாக நேசித்தார். யாரெல்லாம் ஒடுக்குகிறார்களோ அவர்களையெல்லாம் கடுமையாக எதிர்த்தார்.

ஒடுக்கப்பட்ட... பிற்படுத்தப்பட்ட மக்களினுடைய பிள்ளைகள் படிக்க வேண்டும் என்பதில் தந்தை பெரியார் தீராத தாகம் உடையவராக இருந்தவர். தன் வாழ்நாள் முழுவதும் அவர் தன் குறிக்கோள்களில் ஒன்றாகவே அதனை வைத்திருந்தார். பிள்ளைகளினுடைய படிப்பின் மீது அவர் எவ்வளவு அக்கறை உடையவராக இருந்தார் என்பதை இரண்டு நிகழ்வுகள் நமக்குக் காட்டுகின்றன. இரண்டுமே திருச்சி மாநகரத்திலே நடைபெற்றவை.

1972ஆவது ஆண்டு. பேருந்து நிலையத்துக்கு எதிரே இருக்கிற அவருடைய சிலையினுடைய கண்ணாடியை யாரோ உடைத்து விட்டார்கள். அல்லது அது உடைந்தும் போயிருக்கலாம். ஆனால் அடுத்தநாள் முழுவதும் அது திருச்சியிலே பெரிய செய்தியாக ஆயிற்று. பெரியாரினுடைய சிலையிலே இருக்கிற கண்ணாடி உடைந்து போய் விட்டது. கண்ணாடி போன்று செதுக்கப்பட்டிருக்கிற அந்த சிற்பம் உடைந்து போய் விட்டது. இந்தச் செய்தி பரவிய உடன் முதன்

முதலாக கல்லூரியை விட்டு மாணவர்கள் வெளியே வந்தனர். பெரியாரே நிறுவிய கல்லூரி அது. எனவே அந்த மாணவர்கள் ஒரு நன்றிக் கடனோடு வெளியிலே வந்து பெரிய ஊர்வலம் நடத்தினர். ஐயா அவர்களும் அன்றைக்குத் திருச்சியிலே, பெரியார் மாளிகையிலே தங்கியிருக்கிறார்கள். பெரியார் மாளிகையை நோக்கி அந்த ஊர்வலம் நகர்கிறது. அங்கே போகிறபோது மணி அம்மையார்தான் நிற்கிறார்கள். இப்படி மாணவர்கள் எல்லாம் திரண்டு வந்திருக்கிறார்கள் என்று சொன்னதைக் கேட்டு, தந்தை பெரியார் அவர்கள் வெளியிலே வந்து என்னாச்சு... என்னப்பா என்று கேட்கிறார்.

மாணவர்கள் சொல்கிறார்கள், உங்களுடைய சிலையிலே இருக்கிற கண்ணாடியை யாரோ உடைத்து விட்டார்கள், அதற்காக நாங்கள் எல்லாரும் ஊர்வலம் வந்திருக்கிறோம். பாருங்கள் படிப்பையெல்லாம் தூக்கி எறிந்து விட்டு வெளியே வந்து விட்டோம் என்று தங்களுடைய வீரபிரதாபங்களையெல்லாம் அய்யாவிடத்திலே மகிழ்ச்சியாகச் சொல்ல, அவர் மிகவும் கவலையாக அதைக் கேட்கிறார். கேட்டுவிட்டு ஐயா சொல்லியிருக்கிறார், நான்தான் வாழ்க்கையிலே தப்பு பண்ணிட்டனோ என்று நினைக்கிறேன். வெவ்வேறு மதங்களைச் சார்ந்த பிள்ளைகள் படிப்பதற்கென்று திருச்சியிலே இரண்டு, மூன்று கல்லூரிகள் இருக்கின்றன. இந்த மதத்துக்கு இந்தப் பிள்ளைகளுக்கு இந்தக்கல்லூரி, அந்த மதம் சார்ந்த பிள்ளைகளுக்கு அந்தக் கல்லூரி, இந்து மதம் என்று சொல்லிக்கொள்கிறவர்களுக்குள்ளேயே மேல்ஜாதியினர் படிப்பதற்கென்று ஒரு கல்லூரி எல்லாம் இருக்கிறது. உழைக்கிற மக்கள், பிற்படுத்தப்பட்ட மக்கள், தாழ்த்தப் பட்ட மக்கள் படிப்பதற்கு ஒரு கல்லூரி இல்லையே என்று சொல்லித்தான் நான் இப்படி 12 ஏக்கர் நிலத்தையும் ஒரு ஐந்தரை லட்சம் ரூபாயையும் அரசுக்குக் கொடுத்து ஒரு கல்லூரியைத் தொடங்கச் சொன்னேன். நீங்கள் எல்லாம் படிப்பை விட்டு விட்டு இங்கே வந்து நிற்கிறீர்களே என்று வருத்தப்பட்டு ஐயா சொல்லியிருக்கிறார்.

சிலையிலே இருந்த கண்ணாடி உடைந்து போனால் என்ன, நான் போட்டிருக்கிற கண்ணாடி சரியாய்த்தான் இருக்கிறது, இதையெல் லாம் கட்சிக்காரர்கள் பார்த்துக் கொள்வார்கள். உங்கள் வேலை படிக்கிற வேலை தானே தவிர, இப்படிச் சிலையை உடைத்து

விட்டான் என்றெல்லாம் தெருவுக்கு வந்து, கலவரம் பண்ணுவது, ஊர்வலம் வருவது உங்கள் வேலை இல்லை. நீங்கள் படிக்கிறது ஒன்றுதான் எனக்குச் செலுத்துகிற நன்றி என்று கடிந்து கொண்டு அவர்களையெல்லாம் கல்லூரிக்குத் திருப்பி அனுப்பியிருக்கிறார். இதை அன்றைக்கு அந்தக் கல்லூரியிலே படித்துக்கொண்டிருந்த மாணவர், இன்றைக்கு நாடாளுமன்றத்திலே உறுப்பினராக இருக்கிற நண்பர் திருச்சி சிவா இதைச் சொன்னார். அவரும் அந்த ஊர்வலத்திலே போயிருக்கிறார். இன்றைக்கு அந்தக்கல்லூரியில் முதல்வராக இருக்கும் பேராசிரியர்கூட 72ஆவது ஆண்டு அந்தக் கல்லூரியினுடைய மாணவராக இருந்திருக்கிறார். ஐயா அவர்கள் தன்னுடைய சிலைகளைப் பற்றியெல்லாம் கவலைப்படாமல் பிள்ளைகள் படிக்க வேண்டும் என்பதிலேதான் கவனமாக இருந்திருக்கிறார்.

இன்னொரு நிகழ்ச்சியும் திருச்சியிலே நடைபெற்றதுதான். திருச்சியில் சீதாலட்சுமி இராமசாமி பெயரில் ஒரு பெரிய கல்லூரி இருக்கிறது. அந்தக் கல்லூரியினுடைய நிறுவனர் இராமசாமி ஐயருக்கு ஒரு பெரிய பாராட்டு விழா நடைபெற்றிருக்கிறது. அந்தப் பாராட்டு விழாவிலே யார் கலந்து கொண்டிருக்கிறார்கள் என்றால், பச்சை நாத்திகர்களான ஐயா பெரியாரும், நாவலர் நெடுஞ்செழியனும். விழா தொடங்குகிறபோது, கடவுள் வாழ்த்து பாடப்பட்டிருக்கின்றது. ஐயாவும் எழுந்து நிற்கிறார். அந்த நிறுவனத்தினுடைய தாளாளர் ராமசாமி ஐயரே ஓடிவந்து நீங்கள் நிற்கவேண்டாம் என்று சொன்னபோது, பெரியார் சொல்கிறார், இல்லை இல்லை சபை ஒழுங்கு என்று ஒன்று இருக்கிறது, எல்லோரும் நிற்கும்போது நான் உட்கார்ந்திருக்கக் கூடாது என்று கூறுகிறார்.

பிறகு ராமசாமி ஐயரைப் பலபடப் பாராட்டிப் பேசியதற்குப் பின்னால், நண்பர்கள் பலர் ஐயாவிடத்திலே கேட்கிறார்கள். நீங்கள் காலமெல்லாம் யாரை எதிர்க்கிறீர்களோ அவர்களையே ஆதரித்துப் பேசுகிறீர்களே, சீதாலட்சுமி ராமசாமி கல்லூரியிலேபோய் ராமசாமி ஐயரை நீங்கள் பாராட்டி இருப்பது ஏன் என்று எங்களுக்குப் புரியவில்லை என்று சொன்னபோது, தந்தை பெரியார் சொல்லியிருக்கிறார், என்ன புரியாம பேசுறீங்களே. அது யாரா இருந்தா என்ன? நம்ம பிள்ளைகள் படிப்பதற்குக் கல்லூரி கட்டியிருக்கிறார். அதுவும் பெண் பிள்ளைகள் படிப்பதற்குக்

கல்லூரி கட்டியிருக்கிறார், பெண் பிள்ளைகள் படிக்க வேண்டும் என்றுதானே நான் காலமெல்லாம் சொல்கிறேன். அதற்கு ஒரு கல்லூரி கட்டியிருக்கிற மனுஷன் யாரா இருந்தால் என்ன? அவரைப் பாராட்டாம நான் யாரைப் பாராட்டப் போகிறேன். அவர் நாத்திகராக இருந்தால் என்ன? ஆத்திகராக இருந்தால் என்ன? எந்த சாதியைச் சேர்ந்தவராய் இருந்தால் என்ன? பிள்ளைகளைப் படிக்க வைக்கிற... அதுவும் பெண் பிள்ளைகளைப் படிக்க வைக்கிற எல்லாரும் உயர்ந்த மனிதர்கள்தான். அவர்களைப் பாராட்ட வேண்டிய கடமை நமக்கு இல்லாமல் வேறு யாருக்கு இருக்கிறது என்று பெரியார் கேட்டிருக்கிறார்.

பெரியாரினுடைய ஆழ்மனத்தில் பதிந்திருந்த எண்ணமெல்லாம் பிள்ளைகள் படிக்க வேண்டும் என்பதுதான். கல்வி உரிமைகள் ஏறத்தாழ 1000 ஆண்டுகளாக மறுக்கப்பட்டிருந்த சூழலில் பிள்ளைகள் படித்தால்தான் எதிர்காலத்தில் முன்னேறுவார்கள், அதுதான் இந்தத் தமிழ்ச்சமுதாயத்தை ஊக்குவிக்கும் என்கிற ஒரே அடிப்படையில் பிள்ளைகள் படிக்க வேண்டும், படிக்க வேண்டும் என்று தன் காலமெல்லாம் சிந்தித்தவர், செயல்புரிந்தவர் தந்தை பெரியார்தான்.

அவரைப்பற்றிப் பல தவறான கருத்துக்கள் சொல்லப் படுகின்றன. அதிலே ஒன்று அவர் ஒரு சாதியை தாக்குவதிலேயே குறியாக இருந்தார் என்பது. அவர் எந்த ஒரு சாதியைத் தாக்கு வதிலேயும் கவனமாக இருக்கவில்லை. ஒரு ஆதிக்கத்தைத் தாக்குவதில்தான் கவனமாக இருந்தார். அந்த சாதி ஆதிக்கம் புரிகிறது என்பதனால் எதிர்த்தார். அப்படி இல்லாமல் அவர்களும் கல்விக்கு உதவினால் அதை வரவேற்க அவர் எப்போதும் தயாராக இருந்தார். சமத்துவம்தான் தந்தை பெரியாரின் கொள்கையே தவிர, சிலர் சொல்வதுபோல துவேஷம் அவர் கொள்கை இல்லை. துவேஷம் என்பது அவருடைய இயல்பே அன்று. உலகத்தில் உள்ள மக்களையெல்லாம் நேசித்தவர் தந்தை பெரியார். யாரெல்லாம் ஒடுக்கப்படுகிறார்களோ அவர்களையெல்லாம் கூடுதலாக நேசித்தார். யாரெல்லாம் ஒடுக்குகிறார்களோ அவர்களையெல்லாம் கடுமையாக எதிர்த்தார். எனவே ஆதிக்கத்துக்கு எதிரான சமத்துவம் என்பதுதான் பெரியார் தொடுத்த போரே அல்லாமல், பிள்ளைகள் படிக்க வேண்டும் என்பதுதான் அவருடைய தாகமே அல்லாமல், அவரைப்பற்றிச் சொல்லப்படுகிற மற்ற செய்திகள் எல்லாம் உண்மையானவை அல்ல என்பதை இந்த இரண்டு நிகழ்வுகளும் நமக்கு எடுத்துக்காட்டுகின்றன.

மால்கம் எக்ஸ்

சிறைதான் அவனை மாற்றிப் போட்டது. புரட்டிப் போட்டது... அவனுக்குள் ஒரு புரட்சி நடந்தது சிறையில் வாழ்ந்த காலத்திலே அவனுக்குக் கிடைத்த தொடர்புகள், அவன் படித்த நூல்கள், அவனை ஒரு முழு மனிதனாக மாற்றின.

1963 ஆவது ஆண்டு நவம்பர் மாத இறுதியில் உலகமே ஒரு செய்தியால் அதிர்ந்து போயிற்று. அமெரிக்காவின் அதிபராக இருந்த கென்னடி டெக்ஸாஸ் மாநிலத்திலே சுட்டுக்கொல்லப்பட்ட போது, உலகம் முழுவதும் ஒருவிதமான அதிர்ச்சி அலைகள் பரவின. அமெரிக்காதான் என்றில்லை, எல்லா நாடுகளும் அவருடைய இறப்புக்காகத் தங்களுடைய துக்கத்தை வெளிப்படுத்தின. அப்போது அமெரிக்காவிலிருந்து ஒரே ஒரு மனிதன், அந்தச் சாவுபற்றி வேறுவிதமான கருத்தை வெளியிட்டபோது, உலகம் அவனைத் திரும்பிப் பார்த்தது. கென்னடி இறந்து போனதில் நான் சொல்வதற்கு ஒன்றுமில்லை, வினை விதைத்தவன் வினை அறுத்திருக்கிறான் என்று மிகப்பெரிய துணிச்சலோடு அமெரிக்காவிலே இருந்து கொண்டு அப்படி ஒரு கருத்தை வெளியிட்ட, கறுப்பு மக்களின் தலைவன்தான் மால்கம் எக்ஸ். அந்தப் பெயரே மிகப்பெரிய அளவிலே தெரியாத பெயர் என்றுதான் சொல்ல வேண்டும். ஆனால் இன்றைக்கு உலகப் போராளிகளினுடைய வரிசையிலே மால்கம் எக்ஸிற்கு ஒரு இடம் கிடைத்திருக்கிறது.

ஆப்பிரிக்க மக்களுக்காக... கறுப்பு இன மக்களுக்காகத் தன் வாழ்நாளில் கடைசி 12 ஆண்டுகளை மிகக் கடுமையாக அர்ப்பணித்துக் கொண்டு போராடியவன் மால்கம்எக்ஸ். அந்த மால்கம்எக்ஸ் என்கிற பெயரே கொஞ்சம் புதுமையாகத்தான் இருக்கிறது. எக்ஸ் என்றாலே புதிர் என்றுதான் நாம் சொல்வோம். அவன்கூட அப்படித்தான் வைத்திருக்கிறான். அவனுடைய தந்தையின் பெயர் ஏர்லிட்டில் என்பது. எனவே இவனுடைய பெயர் மால்கம்லிட்டில் என்றுதான் இருக்கவேண்டும். லிட்டில் என்பது குடும்பப் பெயர். ஆனால் ஒரு கட்டத்திலே இந்த ஆப்பிரிக்க-அமெரிக்க மக்கள் தங்களினுடைய பெயர்களின் பின்னால் இருக்கிற அந்தக் குடும்பப் பெயரைத் தூக்கியெறிந்தார்கள். காரணம் அந்தப் பெயர்கள் எல்லாம் ஆங்கிலேயர்கள் வந்ததற்குப் பிறகு, தங்களை அடிமையாக்கியதற்குப் பிறகு சேர்க்கப்பட்டவை. எங்களினுடைய உண்மையான மூதாதையர்கள் யார் என்பது எங்களுக்குத் தெரியாது, அவர்கள் எங்கள் சொந்தத் தாயகமான ஆப்பிரிக்கா விலே இருக்கிறார்கள். எனவே எங்களுடைய உண்மையான மூதாதையர்கள் யார் என்று தெரிந்து கொள்ளாமல் ஏதோ ஒரு பெயரை எங்கள் பெயருக்குப் பின்னால் போட்டுக் கொள்ள மாட்டோம் என்றுதான் தங்கள் பெயருக்குப் பின்னால் எக்ஸ் என்று போட்டுக் கொண்டார்கள் அதுதான் மால்கம் எக்ஸ்.

அவருடைய மனைவி பெயர்கூட பெட்டி எக்ஸ் என்பதுதான். பெட்டி என்று போட்டுக் குடும்பப் பெயர் வந்திருக்க வேண்டும். ஆனால் பெட்டி எக்ஸ் என்றுதான் அவருடைய பெயரும் இருக்கும். இப்படித் தங்களுடைய குலப் பெயர்களை எக்ஸ் என்று போட்டுக் கொண்டவர்கள் ஆப்பிரிக்க மக்களினுடைய விடுதலைக்காகப் போராடினார்கள்.

மால்கம்எக்ஸ் வெறும் நாற்பது ஆண்டுகள்தான் இந்த உலகத்திலே வாழ்ந்தார். அந்த நாற்பது ஆண்டுகளில் இருபத்தி எட்டு ஆண்டுகள் வீணாய்ப்போனவை என்றுதான் சொல்ல வேண்டும். அவருடைய சரிதையை அலெக்ஸ் ஏறத்தாழ 1000 பக்கங்களிலே எழுதியிருக்கிறார். இன்றைக்கும் தமிழ் உள்பட பல மொழிகளிலே அவருடைய வரலாறு மொழி பெயர்க்கப் பட்டிருக்கிறது. அலெக்ஸ் எழுதுகிறபோது, வாழ்க்கை எப்படி யெல்லாம் இருந்தது என்பதை மால்கம் சொற்களாலேயே பதிவு

செய்கிறார், மால்கம்எக்ஸ் சொல்கிறார், முதல் இருபத்தி ஒரு ஆண்டுகள் என் வாழ்க்கை எப்படி இருந்தது என்றால் ஒருசில பெண்களின் பின்னால் சுற்றுகிறவனாய், கஞ்சா விற்கிறவனாய்... எதற்கும் பயன்படாதவனாய்த்தான் என் வாழ்க்கை இருந்தது. அதற்குப் பிறகு அந்த வாழ்க்கைக்குத் தண்டனையாக ஏழு ஆண்டுச் சிறை. எனவே இருபத்தி ஒன்றும், ஏழும் இருபத்தி எட்டு ஆண்டுகள் என் வாழ்க்கை யாருக்கும் பயன்படாமல், எனக்கும் பயன்படாமல் போய் விட்டது.

சிறைதான் அவனை மாற்றிப் போட்டது. புரட்டிப் போட்டது... அவனுக்குள் ஒரு புரட்சி நடந்தது சிறையில் வாழ்ந்த காலத்திலே அவனுக்குக் கிடைத்த தொடர்புகள், அவன் படித்த நூல்கள், அவனை ஒரு முழு மனிதனாக மாற்றின. வெளியே வந்ததற்குப் பிறகு பன்னிரண்டு ஆண்டுகள் அந்த ஆப்பிரிக்க மக்களின் விடுதலைக்காகவே தன்னை அர்ப்பணித்துக் கொண்டான். பொதுவாழ்க்கையிலே பனிரெண்டு ஆண்டுகள் என்பது ரொம்பவும் குறைவான ஆண்டுகள்தான். அந்தப் பனிரெண்டு ஆண்டுகளில் அவன் ஆற்றிய பணிகள் இன்று அவனை உலகத்திலேயே ஒரு குறிப்பிடத்தகுந்த ஒரு மனிதனாக ஆக்கி இருக்கிறது.

மால்கம்எக்ஸினுடைய தந்தையாரும்கூட அந்த மக்களினுடைய விடுதலைக்காகப் பாடுபட்டவர்தான். சிறுவனாக இருக்கிறபோது நடந்த சில சம்பவங்களை மால்கம் தன் வரலாற்றிலே குறித்திருக்கிறார். நான் சின்னஞ்சிறுவனாக இருந்தபோது ஒரு நாள் திடீரென்று இரவு வீடு பற்றிக்கொண்டு எரிந்தது. அவருடைய தந்தை, ஆப்பிரிக்காவுக்குத் திரும்புங்கள் என்கிற முழக்கத்தை முன் வைத்துத் தன் மக்களையெல்லாம் தட்டி எழுப்பியவர். எனவே திடீரென்று ஒருநாள் யாரோ தீ வைத்து விட்டார்கள். அந்த வீடு பற்றியெறிந்தது. நாங்கள் எல்லாரும் உறங்கிக் கொண்டிருந்தோம். எட்டுக் குழந்தைகள். எல்லோரையும் அள்ளிக் கொண்டும், கவ்விக்கொண்டும் தாய் வெளியே ஓடி வந்தாள். தன் தந்தையோ கையிலே இருக்கிற துப்பாக்கியை எடுத்துக் கொண்டு, பிள்ளைகளைப் பற்றிக்கூடக் கவலைப்படாமல், எவன் வீட்டுக்கு நெருப்பை வைத்தானோ அவனை விரட்டிக் கொண்டு சுட்டுக் கொண்டே ஓடினார். இந்தக் காட்சியெல்லாம் என் மனத்திலே

பதிந்து கிடக்கிறது. அதற்குப் பிறகு என் தந்தை இறந்து போய் விட்டார் அல்லது கொல்லப்பட்டு விட்டார். எப்படி இறந்தார் என்பதுகூட எங்களுக்குத் தெரியாது. தாய் மன உளைச்சலுக்கு உள்ளாகி மனநல மருத்துவமனையிலே சேர்க்கப்பட்டார். பிள்ளைகள் ஆளுக்கொரு மூலையாய் பிரிந்து போனோம். அப்போதுதான் என் வாழ்க்கையும் சிதறிப்போயிற்று என்று மால்கம் சொல்கிறான்.

அப்படிச் சிதறிப்போன வாழ்க்கை மறுபடியும் மிகச் சரியாக உருவாக்கப்பட்டது. அமெரிக்கா முழுவதும் இருக்கிற அடிமைப் படுத்தப்பட்ட ஆப்பிரிக்க மக்களுக்காக வாழ்வதும் போராடுவதும் தான் வாழ்க்கை என்று முடிவு செய்து கொண்டு அவன் ஆற்றிய அந்தப் பணிகள் மிகப் பெரியனவாக இருந்தன.

ஆனாலும் 1963ஆம் ஆண்டு கென்னடி சுட்டுக் கொல்லப்பட்ட நேரத்திலே அவர் என்ன நன்மைகளைச் செய்திருக்கிறார், இங்கே இருக்கிற ஆப்பிரிக்க மக்களை அவர் அடிமைப்படுத்தியிருப்பது ஏன் என்கிற எல்லா கோபத்தையும் உள் வைத்துக் கொண்டுதான் ஒற்றை வரியில் வினை விதைத்தவன் வினை அறுத்திருக்கிறான் நான் சொல்வதற்கு ஒன்றுமில்லை என்று சொன்னார். அமெரிக்கப் பத்திரிகைகள் எல்லாம் மால்கம்எக்ஸ் பக்கம் திரும்பின. அன்றைக்கே மால்கம்எக்ஸ் குறி வைக்கப்பட்டார்.

அதற்குப் பிறகு அவருடைய போராட்டம் பல்வேறு விதமான சங்கடங்களை எதிர் கொண்டது. 1963 நவம்பருக்குப் பிறகு அவரால் விரைந்து அந்தப் போராட்டங்களை நடத்த முடியவில்லை. 65-வது ஆண்டின் தொடக்கத்திலேயே பாதுபான் அரங்கம் என்கிற ஒரு அரங்கத்திலே, பட்டப்பகலில் பலரால் அவர் சுட்டுக் கொல்லப்பட்டார். அந்த மர்ம மனிதர்கள் ஓடி விட்டார்கள்.

அதையெல்லாம் தாண்டி 1990ஆவது ஆண்டு மால்கம்எக்ஸி னுடைய அஞ்சல் தலையை அமெரிக்க அரசே வெளியிட்டது. வெறும் நாற்பது ஆண்டு கால வாழ்க்கையில் கறுப்பு இன மக்களுக்காக உழைத்து, தன் வாழ்க்கையை அர்ப்பணித்துக் கொண்ட மால்கம்எக்ஸ் இன்றைக்கும் உலக மக்களால் பேசப்படுகிறார்... போற்றப்படுகிறார்.

தேயிலையின் நிறம் சிவப்பு

மலையக மக்கள் உருவாக்கிய நிலம்தான் இன்றைக்குத் தேயிலைத் தோட்டமாகச் செழித்து வளர்ந்து இலங்கையினுடைய பொருளாதாரத்துக்கே பெரிய காரணமாக இருக்கிறது. நம் தென் தமிழ்நாட்டினுடைய மக்களின் உழைப்பு இந்த மண்ணுக்குப் பயன்படாமல் அவர்களுக்குப் பயன்பட்டது.

ஸ்ரீ லங்கா என்று அறியப்படுகிற இலங்கையில் வாழும் தமிழர்கள் மூன்று வகையானவர்கள். வடபகுதியிலே இருக்கிற தமிழ் மக்கள், அவர்களுடைய தாயகமாக அந்த மண்ணிலே பிறந்து... வளர்ந்து... வாழ்ந்து வருகிறவர்கள். அவர்கள் பிழைக்கப் போனவர்கள் அல்லர். இந்தியாவிலே இருந்து குடியேறியவர்கள் அல்லர். அதுதான் அவர்களின் தாயகம். தெற்குப் பகுதியில் கொழும்பு போன்ற நகரங்களில் வணிகத்திற்காகப் போயிருக்கிற தமிழர்கள் இருக்கிறார்கள், அவர்கள் இன்னொரு வகை... சில காலங்கள் அங்கே இருப்பார்கள்... வந்து விடுவார்கள். எனவே அவர்கள் நிலையான இலங்கைத் தமிழர்கள் இல்லை. இடையிலே மலைப்பகுதியில் வாழ்கிற மக்கள் இருக்கிறார்களே, அவர்களை மலையகத் தமிழர்கள் என்று நாம் சொல்லலாம். அந்த மலையகத் தமிழர்கள், இந்தியாவிலே இருந்து பிரிட்டிஷ் காலத்திலே அடிமைகளாக, கூலிகளாக அழைத்துச் செல்லப் பட்டவர்கள்.

அவர்களைத்தான் இந்திய வம்சாவழித் தமிழர்கள் என்றும் சொல்கிறார்கள். அவர்கள் ஏறத்தாழ 18-ஆம் நூற்றாண்டின் இறுதியிலே அழைத்துச் செல்லப்பட்டார்கள். பெரும்பாலும் தமிழகத் தினுடைய தென்மாவட்டங்களைச் சார்ந்தவர்கள்

மதுரைக்கு தெற்கே இருக்கிற மாவட்டங்களைச் சேர்ந்த மக்கள்தான் அங்கே அழைத்துச் செல்லப்பட்டார்கள். கூலிகளாக உழைக்கிறவர்கள், வெள்ளைக்காரர்களுக்குத் தேவைப்பட்டனர். பிரிட்டிஷ் அரசாங்கத்தினர் முதலில் சீனர்களையோ , ஆப்பிரிக்க மக்களையோதான் கூட்டி வரத் திட்டமிட்டார்கள். ஆனால் சீனாவும், தென்னாப்பிரிக்காவும் இலங்கைக்கு அல்லது ஈழத்துக்கு வந்து சேர்வது என்பது நெடுந்தொலைவுப் பயணமாக இருக்கும். அதற்கான செலவுகளும் கூடுதலாக இருக்கும் என்பதினாலே, மூன்று காரணங்களுக்காக தென்னிந்தியாவிலே அதுவும் தெற்குத் தமிழ் நாட்டில் இருக்கிற மக்களை, அழைத்துப் போவதென்று அரசு முடிவு செய்தது.

முதல் காரணம் தென்னிந்தியாவும் - இலங்கையும் அருகிலே இருக்கின்றன. அருகாமைதான் அதற்கான முதல் காரணம், எனவே அவர்களை அழைத்துச் செல்வதிலே செலவு மிகக் குறைவு. இரண்டாவது காரணம் தென் தமிழகத்தில் மிகக் கொடுமையான வறுமை... பஞ்சம் அன்றைக்குத் தலைவிரித்தாடியது. பதினெட்டாம் நூற்றாண்டின் இறுதியிலே ஏற்பட்ட அந்தப் பஞ்சமே வெள்ளைக்காரர்களுக்கு மக்களை அழைத்துக் கொண்டு போவதற்கு மிக எளிதான வழி ஆகிவிட்டது. நீங்கள் ஏன் இப்படிப் பசி... பஞ்சத்திலே இருக்கிறீர்கள். அங்கே வந்தால் நிறையப் பணம் கிடைக்கும் என்று ஆசை வார்த்தைகளைக் காட்டினார்கள். செயற்கையாகவேகூடப் பஞ்சம் உருவாக்கப்பட்டது. ஏனென்றால் அப்போதுதான் அந்த மக்கள் இந்த வறுமையிலே இருந்து தப்பிப்பதற்காக அங்கு வருவார்கள். வறுமையின் காரணமாக அன்றைக்குப் பலர் கடன் வாங்கினார்கள். பிறகு கிஸ்தி என்று ஒரு வரி இருந்தது. அந்த வரியை எல்லாம் அவர்களாலே கட்ட முடியவில்லை. வட்டிக்குக் கடன் வாங்கினார்கள், கடன் வாங்கிய வர்கள் விரட்டினார்கள். எனவே கடன் தொல்லையிலிருந்தும் தப்பித்துக் கொள்ளலாம். பஞ்சத்திலே இருந்தும் பிழைத்துக் கொள்ளலாம் என்று கருதி அந்த மக்கள் வந்தார்கள்.

ஆனால் அவர்களுக்குக் காட்டப்பட்ட ஆசை வார்த்தைகள் போல் அல்லாமல், அங்கே புத்தளம் என்கிற இடத்திலே இறக்கி, அவர்களை மாத்தளை வரைக்கும் அழைத்துச் செல்கிறபோது, அவர்களுக்குக் கொடுக்கப்பட்ட ஊதியம் என்பது வாரத்துக்கு, ஒரு முற்றல் தேங்காயும், ஒரு மரக்கால் நெல்லும். இதுதான்

அவர்களுக்கு வழங்கப்பட்ட கூலி. மூன்றாவது காரணம் இங்கேயும் அங்கேயும் ஒரே வெள்ளைக்காரர்கள் ஆட்சிதான் இருந்தது என்பதினாலே, இவர்களை அங்கே கொண்டு போவதிலே அவர்களுக்குச் சிரமம் இல்லை.

அந்த தமிழ் மக்களில் 25 சதவீதத்தில் இருந்து 30 சதவீதம் பேர் இறந்து போய் விட்டார்கள் என்று பிரிட்டிஷ் அரசாங்கத்தினுடைய புள்ளி விவரமே நமக்குச் சொல்கிறது. 1841 முதல் 49 வரைக்கும் பல்லாயிரக்கணக்கானவர்கள் இறந்து போனதை அந்த அரசாங்கத்தினுடைய அறிக்கையே நமக்குக் காட்டுகிறது. ஏன் அப்படி மக்கள் இறந்து போனார்கள். முதலில் கப்பல் ஏறுவதற்கே பல மைல் தூரம் நடந்துதான் வந்தார்கள். ராமேசுவரத்தில் இருந்தும், சக்கரையாம் பாளையம் (தொண்டிக்கு பக்கத்தில் இருக்கிறது) ஊரில் இருந்தும்தான் அந்தப் பெரிய படகுகள்... கப்பல்கள் புறப்பட்டன. எனவே அவற்றுக்குக் கையிலே காசு இல்லாமல், உடைமைகளை எல்லாம் விற்று எடுத்துக் கொண்டு வந்தார்கள். பலபேர் அதை வழிப்பறி கொள்ளையிலும் இழந்து விட்டார்கள். அங்கே போய் இறங்குகிறபோது வெறும் கைகளோடும் கால்களோடும் போய் இறங்கினார்களே தவிர எந்தச் சொத்தும் இல்லை, இனிமேல் திரும்பவும் வர முடியாது என்கிற நிலையிலேதான் போய் இறங்கினார்கள். புத்தளம் தொடங்கிக் கண்டி வரைக்கும் அந்த இலங்கையினுடைய மலைப்பகுதிகள் எல்லாம் சமவெளியாக்கப்பட்டு, அங்கே அந்த தேயிலைத் தோட்டங்கள் எல்லாம் உருவாக்கப்பட்டன என்று சொன்னால் அது நம்முடைய தமிழ் மக்களின் வியர்வையாலும்... ரத்தத்தாலும்தான் உருவாக்கப்பட்டவை.

அப்போது அவர்கள் ஏன் இறந்து போனார்கள் என்றால், அதற்கும் ஒரு மூன்று காரணங்களை வரலாற்று ஆசிரியர்கள் கூறுகிறார்கள். ஒன்று மிகக் கடுமையான பஞ்சத்திலே இருந்து அங்கே போன அவர்கள், அந்த வறுமையிலே இருந்து அந்த நாட்டிலேயும் மீள வில்லை. இந்தப் பஞ்சம் அவர்களை அங்கேயும் தொடர்ந்தது. பசியிலேயே பலர் இறந்து போனார்கள் என்பது ஒரு செய்தி. அடுத்ததாகக் காடுகளை அழித்து அவர்கள் நாடாக்கினார் கள். அங்கே இருந்த மிருகங்கள் பல இந்த மக்களை அழித்து விட்டன. மிக நீளமான அட்டைப் பூச்சிகள் முழங்கால் வரை ஏறுவது யாருக்கும் தெரியாது. உணர்ச்சி இருக்காது. அந்த

அட்டைகள் ரத்தத்தை உறிஞ்சுவதை நம்மாலே அறிந்து கொள்ளக்கூட முடியாது. அதைப் பிய்த்து எறிந்தால்கூட போகாது. ரத்தததை அது உறிஞ்சியதற்குப் பிறகுதான் நம்முடைய காலிலே அட்டை ஒட்டியிருப்பதை நாம் அறிவோம். ஆனால் வெள்ளைக்கார அதிகாரிகள் எல்லாம் முழங்காலுக்கும் மேல் வரை பூட்ஸ் அணிந்திருந்தார்கள். நம்முடைய மக்கள் வெறும் காலிலே நடந்து போனபோது, அட்டைகள் ரத்தம் உறிஞ்சின, விலங்குகள் அடித்துச் சாப்பிட்டன, இப்படி விலங்குகள் மூலமாக இறந்து போனவர்கள் ஒறு குறிப்பிட்ட எண்ணிக்கை.

வெப்பமான பகுதியிலே வாழ்ந்த மக்கள், மலைப்பகுதிகளுக்கு, குளிரான பகுதிக்குக் கொண்டு செல்லப்பட்டபோது, மிகக் கடுமையான பருவ மாற்றத்தை அவர்களாலே தாங்கிக் கொள்ள முடியவில்லை. மலேரியா காய்ச்சல் மிக வேகமாகப் பரவிக் கொண்டிருந்தது. நோயால் துன்பப்படுகிறவர்களைக்கூட சாட்டையால் அடித்து வேலை வாங்கினார்கள். மனித நேயமற்ற கொடூரமான அந்த நிகழ்வுகளை நாம் வரலாற்றிலே படிக்கிறோம்.

ஆப்பிரிக்க அடிமைகள் பட்ட துன்பத்திற்குக் கொஞ்சமும் குறைந்ததில்லை, நம்முடைய தமிழ் மக்கள் பட்ட அந்தக் கொடுமைகளும் என்று படிக்கிறபோது, வேதனையாக இருக்கிறது. அந்த மலையக மக்கள் உருவாக்கிய நிலம்தான் இன்றைக்குத் தேயிலைத் தோட்டமாகச் செழித்து வளர்ந்து இலங்கையினுடைய பொருளாதாரத்துக்கே பெரிய காரணமாக இருக்கிறது. நம் தென் தமிழ்நாட்டினுடைய மக்களின் உழைப்பு இந்த மண்ணுக்குப் பயன்படாமல் அவர்களுக்குப் பயன்பட்டது. அந்த உழைப்பால் பெற்ற பொருளாதாரமும்கூட தமிழ் மக்களுக்குப் பயன்படாமல், ராணுவச் செலவுகளுக்கே பயன்படுத்தப்பட்டது. வடக்கு, கிழக்குப் பகுதிகளில் வாழும் மக்களின் தலைகளில் இன்று குண்டுகளாய் வந்து விழுந்து கொண்டிருப்பதும், நம் மக்கள் ஈட்டிக் கொடுத்த பொருளாதார வளம்தான்.

உலகெங்கும் தேயிலையின் நிறம் பச்சை. ஆனால் ஸ்ரீலங்காவில் மட்டும் அதன் நிறம் சிவப்பு. நம் மக்களின் குருதியால் அது சிவந்து போனது.

□

தாலியின் புனிதம்

ஒரு ஆடு போனால் அதே வழியில்தான் எல்லா ஆடுகளும் போகும் என்பது நூற்றுக்கு நூறு சரியாகத்தான் இருக்கிறது. முதல் ஆடு நந்தவனம் நோக்கிப் போகிறது, மற்ற அத்தனை ஆடுகளும் அதைத் தொடர்கின்றன. அது ஆடுகளுக்கு இருக்கிற ஒரு இயல்பான பழக்கம்.

திருமணமான பெண்கள் கட்டிக்கொள்கிற அந்தத் தாலிக்கு இங்கே ஏராளமான புனிதங்கள் இயற்றப்பட்டிருக்கின்றன. தாலி என்பது தமிழ்ப்பண்பாட்டினுடைய ஒரு பிரிக்க முடியாத கூறு என்கிற அளவுக்கு நாம் பேச, எழுதத் தொடங்கியிருக்கிறோம். ஆனால் உண்மையிலேயே அது ஒரு ஆணாதிக்கப் பண்பாட்டினுடைய வெளிப்பாடு அவ்வளவுதான். தாலியை எல்லாப் பெண்களும் ஒரே மாதிரி மதிக்கிறார்கள் என்று சொல்ல முடியாது. மேல் வர்க்கத்தைச் சேர்ந்த பெண்கள் அதை எப்படிக் கருதுகிறார்கள், உழைக்கும் மக்கள் அந்தத் தாலிக்கு என்ன மரியாதை கொடுக்கிறார்கள், படித்த நடுத்தட்டு மக்களிடத்திலே தாலிக்குப் புனிதம் எவ்வளவு உயர்ந்ததாக இருக்கிறது என்பதெல்லாம் ஆய்வுக்கு உரிய செய்திகளாக இருக்கின்றன.

சிந்தாமணி என்கிற ஒரு ஆடு மேய்க்கிற பெண் தன் தாலியைப் பற்றி என்ன கருதுகிறாள், அதை அவள் எப்படிக் கையாண்டாள் என்று ஒரு சிறுகதை விளக்குகிறது. மேசா என்கிற ஒரு பெண் எழுத்தாளர் எழுதியிருக்கிற, வாக்குமூலம் என்கிற ஒரு சிறுகதைத் தொகுப்பிலே இருக்கிற ஒரு கதை... விழியைக் குத்தும் வேலிகள் என்பது. அந்தக்

கதையின் பெயர். ஒரு ஆடு மேய்க்கிற பெண்ணைப் பற்றியது. அந்தப் பெண்தான் அந்தக் கதையினுடைய கதாநாயகி. கதை தொடங்குகிறபோது ஆடுகளை ஓட்டிக் கொண்டு நந்தவனம் நோக்கிப் போகிறாள். அந்த நந்தவனத்திலேதான் அவள் எப்போதும் ஆடுகளை மேய விடுவது வழக்கம்.

ஒரு ஆடு போனால் அதே வழியில்தான் எல்லா ஆடுகளும் போகும் என்பது நூற்றுக்கு நூறு சரியாகத்தான் இருக்கிறது. முதல் ஆடு நந்தவனம் நோக்கிப் போகிறது, மற்ற அத்தனை ஆடுகளும் அதைத் தொடர்கின்றன. அது ஆடுகளுக்கு இருக்கிற ஒரு இயல்பான பழக்கம். வேடிக்கையாகச் சொல்வதுண்டு, ஆட்டு மந்தை வருகிறபோது முதல் ஆட்டின் முன் ஒரு குச்சியை நீட்டுங்கள்... அது தாண்டிப்போகும், அடுத்த ஆடும் தாண்டிப் போகும். இரண்டு மூன்று ஆடுகள் தாண்டிப் போனதற்குப் பிறகு அந்தக் குச்சியை எடுத்து விடுங்கள். குச்சி இல்லை என்றாலும்கூட மற்ற ஆடுகளும் அந்த இடம் வந்தவுடன் தாண்டித் தாண்டிதான் போகும் என்று வேடிக்கையாய்ச் சொல்வதுண்டு.

ஆடுகள் போகிறபோது அவை பல்வேறு தொல்லைகளைச் செய்கின்றன. போகிற வழியில் ஏதாவது ஒரு செடியைக் கடிக்கின்றன. அப்போதே அவள் சொல்கிறாள், நீங்கள் யாரிடமாவது வசவு வாங்கி வைத்து விடப் போகிறீர்கள், நந்தவனத்தை நோக்கிப் போங்கள் என்று விரட்டிக் கொண்டே போகிறாள். போகிற வழியில் இரண்டு பெண்கள் கொஞ்சம் தொலைவாக நின்று இந்தப் பெண்ணைப் பற்றிப் பேசுகிறார்கள். இவள் காதிலும் விழுகிறமாதிரி... அல்லது விழ வேண்டும் என்பதற்காகப் பேசுகிறார்கள். புருஷன் செத்து இன்னும் 16 நாள் ஆகவில்லை. அதற்குள்ளே இந்தப் பொண்ணு வெளியே வந்து விட்டாள் பார்த்தியா என்று ஒரு பெண் சொல்ல, எல்லாம் காலம் கெட்டுப் போச்சு... வீட்டில் கிடக்க வேண்டிய பொண்ணு இப்படி வீதியிலே வருகிறாளே என்று அடுத்த பெண் சொல்கிறாள்.

இவள் கணவன் இறந்து போயிருக்கிறான், இன்னும் 16 நாள் கூட ஆகவில்லை என்கிற செய்தி படிக்கிற நமக்குத் தெரிகிறது. அந்த இரண்டுப் பெண்களும் பேசிக் கொள்கிறார்கள். மூன்றாவதாக இன்னொரு பெண்ணும் வருகிறாள், இருக்கட்டும் அந்த ஆடுதான் அதுக்கு பிழைப்பு. அந்த ஆடுகளை மேய்க்காம என்ன பண்ண

முடியும் என்று சமாதானம் சொல்ல, படித்து விட்டோம் என்கிற திமிரா? என்ன படித்திருந்தால் என்ன? யாராக இருந்தால் என்ன? ஒரு வழக்கம் பழக்கம் என்று இருக்கிறது அதை மீறக் கூடாது என்று அந்தப் பெண்கள் பேசிக் கொள்கிறார்கள்.

அது மட்டுமல்ல... நாளைக்குப் 16ஆவது நாள் அவள் புருஷன் செத்துப் போய். எனவே அவளை உட்கார வைத்துத் தாலியை அறுக்கிற அந்த சடங்கைச் செய்தால்தான் இவள் சரியாக வருவாள் என்றும் அவர்கள் பேசிக் கொள்கிறார்கள். எல்லாவற்றையும் கேட்டுக் கொண்டே அவள் ஆடு மேய்த்துக் கொண்டு போகிறாள். அந்த ஆடுகளிலே பெரியதும் சிறியதும் இருக்கிறது. ஆணும் பெண்ணும் இருக்கிறது. பல்வகையான ஆடுகள். அவற்றை யெல்லாம் மேய்த்துக் கொண்டே போகிறாள். நந்தவனம் வந்து விட்டது என்பதை அந்தப் பூக்களின் மணம் முதலில் சொல்கிறது. பல்வேறு விதமான பூக்கள் இருக்கிற இடம். அந்த நந்தவனத்துக்குள்ளே ஆடுகளையெல்லாம் விரட்டி விட்டு, அவள் அங்கே காத்திருக்கிறாள், அந்த ஆடுகள் அப்போதுதான் வரிசை கலைந்து தன் விருப்பத்திற்கு மேய்ந்து கொண்டிருக்கின்றன.

இவளுக்கு அந்த எண்ணம் ஓடுகிறது. இப்படிப் பெண்கள் பேசிக் கொண்டார்களே? நாளைக்கு என்ன செய்வதாக இவர்கள் நினைத்துக் கொண்டிருக்கிறார்கள் என்று நினைத்துப் பார்க்கிறாள். அது மட்டுமல்ல, தன் கணவனைப் பற்றிய நினைவுகளும்கூட அவளுக்கு வருகின்றன. சின்னக் குழந்தையாக இருந்த காலத்திலேயே இவளுக்குத் திருமணத்தை நடத்தி வைத்தார்கள். வேண்டாம் நான் படிக்கணும் எனக்குக் கல்யாணம் வேண்டாம் என்று அந்த சின்னப் பெண் சொன்னதை யாரும் காதிலே போட்டுக்கொள்ளவில்லை. கல்யாணம் தான் பெரிது, தாலிதான் பெரிது என்றார்கள். திருமணத்திற்குப் பிறகும் திருமணம் ஆகிவிட்டதே தவிர அந்தத் தாலி பற்றிய புனிதம் எல்லாம் புதியதில்லை. அல்லது நல்லவேளையாக அவள் புரிந்து கொள்ளவில்லை. அந்தத் தாலியை எடுத்து வாயிலே வைத்துக் கடிக்கிறபோது, மாமியார் கோபப்படுகிறாள், தாலியின் மரியாதை தெரிகிறதா உனக்கு? தாலியை யாராவது வாயிலே வைத்துக் கடிப்பார்களா என்கிறாள். பிறகு தாலி எதற்குப் பயன்படுகிறது. என்று சொன்னால், தாலி கட்டின புருஷனை நீ காப்பாற்ற

வேண்டாமா? உன் தந்தையிடம் பணம் வாங்கிட்டு வா? என்று திரும்பத் திரும்ப தன் தந்தை... தாயிடம் பணம் வாங்கிக் கொண்டு வருவதற்குத்தான் இந்தத் தாலி பயன்படுகிறது.

அந்தத் தாலியின் மீதும் அவளுக்கு ஒரு கோபம் இருக்கிறது. தாலி ரொம்பப் புனிதமானது என்று அடிக்கடி மாமியார் சொல்கிறாள். தாலிதான் எல்லாம் என்று தாயும் சொல்கிறாள். ஆனால் புருஷன் என்ன செய்கிறான் என்றால், போனால் போகுது, தாலியை கழட்டிக் கொடு இன்றைக்கு எனக்கு குடிப்பதற்குப் பணம் இல்லை என்கிறான். இந்த இரண்டுக்கும் இடையிலே அவள் அல்லாடுகிறாள், ஒரு பக்கம் தாய் மிகவும் புனிதமானது என்கிறாள், ஆனால் அதைக் கட்டிய புருஷனோ இன்றைக்கு மது அருந்துவதற்கு தாலி கிடைத்தால்போதும் அதை வைத்து விட்டு காசு வாங்கலாம் என்று கருதுகிறான். இந்த போராட்டத்தில் ஒருநாள் மிகக் கடுமையான உச்சகட்டம் வருகிறது.

தாலியை கழற்றிக்கொடு என்று அவன் ஒற்றைக்காலில் நிற்கிறான், முடியாது என்று இவள் அடம் பிடிக்கிறாள். அந்தச் சண்டை பெரிய சண்டையாக ஆகிறது, எந்த அளவுக்கு என்றால், அவன் மாடு பிடித்து மாட்டினுடைய கொம்பிலே இருக்கிற கால் பவுனைக்கூட எடுத்து வந்திருக்கிறான். ஆனால் இந்தப் பெண்ணைப் பிடித்து அந்தத் தாலியைப் பிடுங்கி அதிலே இருக்கிற தங்கத்தை எடுத்துக் கொண்டு போக முடியவில்லை. எனவே அந்தத் தாலி அவ்வளவு புனிதம் என்று கருதியிருக்கக்கூடும். பிறகு தாலியைத் தர முடியாது என்று அவரோடு சண்டை போடுகிறாள். அவன் அது கிடைக்காமல் வெளியே போய் விடுகிறான். போனவன் திரும்பவில்லை.

நாள் கழித்து ஒரு செய்தி வருகிறது. அவன் இன்னொரு பெண்ணோடு வாழ்ந்து கொண்டிருக்கிறான் என்று செய்தி வருகிறது. அவளுக்குக் கோபம் இன்னொரு பெண்ணோடு வாழ்கிறான் என்றால் என் கழுத்தில் ஏன் தாலி கட்டினான் என்று அவள் கருதுகிறாள். என்ன ஆனான் என்று தெரியாது. அவன் வாழ்க்கை வேறு... இவள் பாதை வேறு என்று பிரிந்து போகிறார்கள். இரண்டு ஆண்டுகளுக்குப் பிறகு ஒரு செய்தி வருகிறது, அலங்காநல்லூரிலே நடந்த மாடு பிடியிலே கலந்து கொண்டு, மாடு முட்டிக் குடல் சரிந்து அந்த இடத்திலேயே இவள் கணவன் இறந்து போனான் என்று சொல்லி. அந்தப் பிணத்தைக் கொண்டு வந்து

வீட்டிலே வைக்கிறார்கள், வாழும்போது வரவில்லை. செத்ததற்குப் பிறகு பிணமாக வந்திருக்கிறான்.

அழுவதா? அந்தத் துக்கத்தைக்கூட எப்படி வெளிப்படுத்துவது, துக்கம் எப்படி வரும் என்கிற சிந்தனையிலேதான் அவள் உட்கார்ந்து இருக்கிறாள். ஆயிற்று அடுத்த நாளே அந்தப் பிணத்தைப் புதைத்ததற்குப் பிறகு இவள் தனக்குச் சோறு போட்டுக் கொண்டிருக்கிற ஆடுகளை விரட்டிக் கொண்டு போகிறாள். அப்போதுதான் அந்தக் காட்சி வந்திருக்கிறது. எனவே இவற்றையெல்லாம் நினைத்துக் கொண்டு நந்தவனத்திலே அந்தப் பெண் சிந்தாமணி அமர்ந்திருக்கிறபோது, ஒருவன் கோவணக்காரப் பையன் ஓடி வருகிறான். மாயாண்டி என்று பெயர். என்னடா மாயி இவ்வளவு வேகமா ஓடி வருகிறியே என்று கேட்கிறாள் அக்கா உன்னைப் பற்றித்தான் எல்லாரும் பேசுகிறார்கள் நாளைக்கு ஊரைக் கூட்டப் போறாங்களாம், உன்னோட தாலிய அறுக்கப் போறாங்களாம், எல்லாரும் பேசிக் கொண்டிருக்கிறார்கள் என்று அந்தச் சின்னப்பையன் சொன்னபோது, அவள் சிரிக்கிறாள்.

எப்போது என்னை விட்டு விட்டு இன்னொருத்தியோடு வாழப் போனானோ அன்றைக்கே அந்தத் தாலியை நானே அறுத்து வீசி விட்டேன் என்பது இவர்களுக்குத் தெரியாது. எப்போதோ அறுத்து எறிந்து விட்ட தாலியை இவர்கள் நாளைக்கு அறுக்கப் போகிறார்களா என்று இவள் கேட்கிறாள். செத்துப்போனால்தான் அறுக்க வேண்டும் என்பதல்ல... அவன் போனபோதே அறுத்து விடவேண்டும் என்று அவளுக்குத் தோன்றியிருக்கிறது.

அவள் ஒன்றும் முற்போக்கான, புரட்சிகரமான பெண் இல்லை. ஆனாலும் புரட்சி முற்போக்கு எல்லாவற்றையும் வாழ்க்கைதான் நமக்குச் சொல்லித் தருகிறது. தாலி பற்றிய புனிதம்என்பதை இந்தக் கதை போட்டு உடைக்கிறது என்று சொல்லலாம். தாலி பல நேரங்களிலே பெண்களுக்கு வேலியாக மட்டும் இல்லை, அது விழிகளைக் கொத்துகிற வேலியாகத்தான் இருக்கிறது என்பதை மேசா என்கிற அந்த எழுத்தாளர் இந்தக் கதை மூலம் மிகச் சரியாகவே பதிவு செய்திருக்கிறார்.

அரவிந்தர்

ஒரு பக்கத்திலே கடுமையான ஆயுதப் போராட்டத்திலே ஈடுபட்டிருக்கிறார். இன்னொருபக்கத்திலே ஆன்மீகம் அப்போதே அவரை ஆட்கொள்ளத் தொடங்கியிருக்கிறது. என்ன ஒரு வேடிக்கையான முரண்!

காலம் ஒரு மனிதனை எப்படி மாற்றிப்போடும் என்று சொல்ல முடியாது. 36, 37 வயது வரையில் ஒரு பெரிய புரட்சிக்காரனாக, ஆயுதம் ஏந்திய புரட்சியால்தான் ஒரு நாட்டினுடைய அரசியல் விடுதலையைப் பெற முடியும் என்று நம்பிய இளைஞனாக இருந்த அரவிந்தகோஷ் என்கிற இளைஞனை ஒரு ஆன்மிக வாதியாக காலம்தான் மாற்றிப்போட்டது.

அவர் பிறந்த இடம் கொல்கத்தா, அங்கேதான் ஆயுத போராட்டக்குழுக்களிலே பங்கேற்றுச்சிறை சென்று அப்படி வாழ்க்கையைத் தொடங்கிய அரவிந்தகோஷ் பாண்டிச்சேரிக்கு வந்ததற்குப் பிறகு அரவிந்தர் ஆனார். இன்றைக்கும் அரவிந்தர் ஆசிரமம் என்று வழங்கப்படுகிற அதனை நிறுவிய அவர், பிறந்த இடம் மேற்கு வங்கம். ஒரு பகுத் தறிவாளனினுடைய மகனாக, அவர் பிறந்து வளர்ந்தார். இங்கிலாந்து நாட்டில் மருத்துவம் பயின்ற, எம்.டி. பட்டம் பெற்ற கிருஷ்ணகாந்த் கோஷ் என்கிற, சுருக்கமாய்க் கே.டி.கோஷ் என்று அறியப்பட்ட ஒரு பகுத்தறிவாளரினுடைய மகன்தான் அரவிந்தர். தன்னுடைய மகனையும் முழுக்கப் பகுத்தறிவாளனாகக் கொண்டு வரவேண் டும். இங்கே இருக்கிற இந்து மதச் சடங்குகளிலே

இருந்து அவனை முற்றுமாக விடுவித்து விடவேண் டும் என்று அவருடைய தந்தை கருதினார். ஆறு வயதிலேயே தன்னுடைய மகனை இங்கிலாந்துக்கு அனுப்பி வைத்தார்.

அரவிந்தர் படித்ததெல்லாம் இங்கிலாந்திலேதான். இவர் ஐ.சி.எஸ். வரைக்கும் வந்தார். ஐ.சி.எஸ் பட்டம்கூடப் பெற்றிருக்க வேண்டும். ஆனால் கடைசியாகக் குதிரை ஏறுகிற பயிற்சியிலே அவர் தேர்ச்சி பெறவில்லை. அன்று ஐ.சி.எஸ்சில் வெற்றி பெற வேண்டும் என்றால் குதிரை ஏறுகிற பயிற்சி கண்டிப்பாக இருக்க வேண்டும். அது இல்லை என்றால் ஐ.சி.எஸ். பட்டம் கொடுக்க மாட்டார்கள். அதிலே தேர்ச்சி பெறாத காரணத்தால் அந்த வாய்ப்பை அவர் இழந்தார். அதற்குப் பிறகு 1893 வது ஆண்டு அவர் இந்தியாவுக்குத் திரும்பினார். ஏறத்தாழ ஒரு ஐ.சி.எஸ்.சாகத் தான் அவர் திரும்பினார். வந்ததற்குப் பிறகு ஒரு கல்லூரியிலே முதல்வராக இருந்தார், பல்வேறு பணிகளையும் பார்த்தார்.

ஆனாலும்கூட அவருடைய நாட்டமெல்லாம் முழுக்க முழுக்க இந்திய விடுதலையிலேதான் இருந்தது. வெள்ளைக் காரர்களை விரட்டி, இந்த நாடு விடுதலை பெறவேண்டும் என்கிற எண்ணத்துக்குத்தான் அவர் வந்தார், ஏதோ ஒரு காரணத்தினாலே வெள்ளையர்களின் மீது ஒரு அடங்காத கோபம் அரவிந்தருக்கு இருந்தது. ஆனால் அவருடைய தந்தையோ... வெள்ளைக்காரர் களுடைய நாகரிகத்தை ஏற்றுக்கொள்ளக்கூடிய ஒருவராக இருந்தார். அவருடைய மகன் அதற்கு மாறாக, வெள்ளையர்களை எப்படியாவது வெளியேற்றிவிட வேண்டும் என்பதிலே கவனமாக இருந்தார். வெளிநாடுகளிலே இருக்கிறபோதே, அப்படிப்பட்ட அமைப்புகளோடு அவருக்குத் தொடர்பு கிடைத்தது. பிறகு இந்தியாவிற்கு வந்ததற்குப் பிறகு அனுசீலன் சமிதி என்கிற ஒரு ஆயுதப் போராட்டக் குழுவை உருவாக்கியதில் அவரும் ஒருவராக இருந்தார். அவருடைய போக்கு என்பது வெடிகுண்டுகளாலும், ஆயுதங்களாலும்தான் வெள்ளையரை விரட்ட முடியும் என்பதாக இருந்தது. அவருடைய இளமைப்பருவம் முழுவதும், முழுக்க முழுக்க ஒரு ஆயுதப் போராட்டம் பற்றிய சிந்தனைகளோடுதான் கழிந்தது.

ஆனால் அதற்குப் பிறகு அவருடைய வாழ்க்கையில் ஏற்பட்ட பெரிய மாற்றத்துக்கு முன்பாக என்ன நடந்தது என்பதை நாம் பார்க்க

வேண்டும். இரண்டு முறை அவர் சிறைக்குச் சென்றார். ஒருமுறை வந்தே மாதரம் என்கிற பத்திரிகையிலே வெள்ளைக்காரர்களை எதிர்த்துக் கடுமையாக எழுதிய குற்றத்துக்காக அவர் சிறை வைக்கப்பட்டார். அது 1907ஆவது ஆண்டு. பிறகு மறுபடியும் 1908ஆம் ஆண்டு அவர் அலிப்பூர் வெடிகுண்டுச் சதி வழக்கிலே கைது செய்யப்பட்டுச் சிறையில் தள்ளப்பட்டார். இரண்டாவது தண்டனை என்பது ஒரு கடுமையான வழக்கில் தொடர்புடையதாக இருந்தது. இயல்பாக வெளியில் இருக்கிறபோதே, அவர் பவானி கோவில் திட்டம் என்ற ஒன்றை உருவாக்கினார். பவானி கோவில் திட்டம் என்பது பங்கிம் சந்திரருடைய ஆனந்தமடம் என்கிற நாவலைப் படித்ததால் ஏற்பட்ட தாக்கத்தினாலே உருவான ஒன்று.

வங்காளத்து இளைஞர்கள் எல்லோருமே பங்கிம் சந்திரருடைய தாக்கத்துக்கு உள்ளாகி இருந்தார்கள். அதன்படி அரவிந்தர் தன்னுடைய பத்திரிகைக்கு வந்தே மாதரம் என்றே பெயரிட்டார். அப்படி அவருடைய தாக்கத்தில் ஒரு காட்டுக்குள்ளே பவானி கோவில் என்பது, பாரத மாதாவுக்கான கோவிலாக உருவாக்கப்பட்டது. வெளியில் பெயருக்கு பவானி கோவில் என்றிருக்க வேண்டும். ஆனால் அதுதான் எல்லோரும் சந்திக்கிற இடம். அங்கே இருந்துதான் அந்த விடுதலைப் போராட்டத்தினுடைய ஆயுதக் குழுக்கள் உருப்பெற வேண்டும் என்பது அவருடைய திட்டம். இந்தத் திட்டங்கள் எல்லாம் உளவுத்துறையாலே கண்டறியப்பட்டு, பிறகு அவர் அலிபூர் வெடிகுண்டு வழக்கிலே கைது செய்யப்பட்டு ஓராண்டு காலம் சிறையிலே இருந்தார்.

சிறையிலே ஒரு மன மாற்றம் நிகழ்ந்தது. இந்தப் போராட்டங்களில் இருந்தும், மற்றவைகளிலிருந்தும் அவர் எப்படியோ விடுபட்டார். சிறைக்குள்ளே இருக்கிறபோது, தொடர்ந்து அவர் பகவத் கீதையைப் படித்ததாக அவரைப்பற்றிய அவருடைய சரிதத்தை எழுதியிருக்கிற ஆர்.ஆர்.தினகர் என்கிற வரலாற்றாசிரியர், மகாயோகி என்கிற புத்தகத்திலே குறித்திருக்கிறார். இதற்கு இடையில் அவருக்குத் திருமணமும் ஆயிற்று. 1901-வது ஆண்டு அதாவது அவருக்கு 29 வயது இருக்கிறபோது, 14 வயதுப் பெண்ணான மிருணாளினி என்கிற பெண்ணுடன் திருமணம் ஆயிற்று. ஆனால் அவர்களுடைய

மணவாழ்க்கை மகிழ்ச்சியாக இல்லை. பிறகு 1907ஆவது ஆண்டு தன் மனைவிக்கு எழுதிய கடிதத்திலே, நமக்கிடையில் ஒரு மகிழ்ச்சியான மண உறவு இல்லை. நான் திடீரென்று உன்னை விட்டுப் புறப்பட்டு விட்டால், அதனைப் பெரிய பிழை என்று கருதக்கூடாது. கடவுளின் ஆணை எதுவோ அதன்படிதான் நான் நடக்கிறேன் என்று எழுதியிருந்தார்.

ஒரு பக்கத்திலே கடுமையான ஆயுதப் போராட்டத்திலே ஈடுபட்டிருக்கிறார். இன்னொரு பக்கத்திலே ஆன்மீகம் அப்போதே அவரை ஆட்கொள்ளத் தொடங்கியிருக்கிறது. என்ன ஒரு வேடிக்கையான முரண்! அவருடைய தந்தை கே.டி.கோஷ் வெளிநாட்டுக்குப் போய் வந்ததற்குப் பிறகு, பிராயச்சித்தச் சடங்கு ஒன்று செய்து கொள்ளவேண்டும். அதாவது வெளிநாடுகளில் இருந்து இங்கே வந்திருக்கிற காரணத்தினாலே, தன்னைத் தூய்மைப்படுத்திக் கொள்ள ஒரு சடங்கைச் செய்ய வேண்டும் என்று அந்த நாட்டிலே இருக்கிற, பார்ப்பனர்கள் வலியுறுத்தினார்கள். அதையும்கூட அவர் மறுத்து விட்டார். என்னை நீங்கள் மிகவும் கட்டாயப்படுத்தினால் இந்த ஊரை விட்டு வேண்டுமானால் போவேன், எந்தச் சடங்கையும் செய்ய மாட்டேன், எந்த மதத்துக்குள்ளும் அடங்க மாட்டேன் என்று சொன்ன ஒருவரினுடைய பிள்ளை, ஆன்மீகத்தை நோக்கி வந்தார் என்பது வியப்புக்குரிய செய்தியாகத்தான் இருக்கிறது. சிறையிலே இருந்து வந்த அவர் முழுக்க முழுக்க ஒரு ஆன்மீக வாதியானார்.

1910ஆவது ஆண்டு அவருடைய அலுவலகத்திலே அவர் அமர்ந்திருக்கிறபோது, ராமச்சந்திரன் என்கிற அவருடைய வேலையாள் ஓடி வந்து உங்களைப் பிரிட்டிஷார் தேடுகிறார்கள். மறுபடியும் கைது செய்யப்போகிறார்கள் என்று சொன்னபோது, அங்கே இருந்து தப்பி சந்திரநாகூர் என்கிற பகுதிக்குப் போனார். சந்திரநாகூர் என்பது பிரான்சினுடைய ஆதிக்கத்தில் இருந்தது. அங்கே இருந்தது சில மாதங்கள் தான். பிறகு புதுவைக்கு வந்து சேர்ந்தார். புதுவைக்கு வந்ததிலே இருந்து தன்னுடைய இறுதிநாள் வரையிலே புதுவையிலேதான் இருந்தார். 1914ஆவது ஆண்டு ரிச்சர்டு என்கிற அம்மையார் வெளிநாட்டிலே இருந்து வந்து சேர்ந்தார். அவரைத்தான் இன்றைக்கு அன்னை என்று பக்தர்கள் அழைக்கிறார்கள். அவர்தான் அந்த நிர்வாகத்தை கவனித்துக் கொண்டார்.

1926க்குப் பிறகு பல ஆண்டுகள் அரவிந்தர் தனிமையிலேதான் இருந்தார். பக்தர்களைக்கூட அதிகமாகப் பார்க்கவில்லை. நிர்வாகங்கள் அனைத்தையும் அன்னைதான் பார்த்துக் கொண்டார்.

மீண்டும் சுதந்திரப் போராட்டத்திற்கு வரவேண்டும் என்று ரவீந்திரநாத் தாகூரும், அண்ணல் காந்தியடிகளும், சி.ஆர்.தாசும் கேட்டபோதுகூட, இந்த நாட்டினுடைய வேலையைக் காட்டிலும் உலகத்தினுடைய முக்கியமான வேலையை நான் செய்து கொண்டிருக்கிறேன் என்று குறிப்பிட்டார். எப்படியோ அவருடைய வாழ்க்கை, புரட்சிகரக் களத்திலே இருந்து ஆன்மீகக் களத்திற்கு மாறிப்போயிற்று. இறுதி வரைக்கும் ஆன்மீக வாதியாகவே இருந்து மறைந்து போனார்.

போராட்ட வாழ்வின் துன்பங்களிலிருந்து முற்றிலுமாய் விலகிக் கொண்ட அரவிந்தர், ஆன்மீக வாழ்வின் சுக அனுபவங்களோடு தன் வாழ்வை முடித்துக் கொண்டார். ◻

வயது தடையன்று

எப்போதும் நாம் ஒன்றைக் கவனத்திலே கொள்ளவேண்டும். வயதுக்கும் வாழ்க்கைக்கும் இருக்கிற தொடர்பு என்பது நம் மனத்துக்கும் வாழ்க்கைக்கும் இருக்கிற தொடர்புதான். உற்சாகமான மனம் இருக்கிற வரையிலே வயது என்பது ஒரு தடைக்கல்லாக ஆகி விடாது. வயது முதிர்ந்த காலத்தில் சாதனை புரிந்தவர்களும் உண்டு, மிகச் சின்ன வயதிலேயே சாதனை புரிந்தவர்களும் உண்டு.

நாற்பது வயதைத் தொட்டவுடனேயே இளமைப் போய்விட்டதோ என்று எண்ணி ஏங்குகிறவர்கள் இங்கே உண்டு. அறுபது வயது என்றால் மணிவிழா என்கிற மகிழ்ச்சி ஒருபக்கம், என்ன இருந்தாலும் கிழவன் ஆகிவிட்டோமோ என்கிற கவலை இன்னொரு பக்கம். எழுபதுக்குப் பிறகு இனி சாதிப்பதற்கு இந்த உலகத்தில் என்ன இருக்கிறது என்று பழங் கணக்கைப் பார்க்கத் தொடங்கி விடுகிறவர்கள் ஏராளம். இப்படி வயது பார்த்து நாம் பயப்படுகிறோம். ஆனால் வயதுகளை யெல்லாம் முறியடித்து, வாழ்க்கை என்பது வேறு, வயது என்பது வேறு என்று சாதனைகளை எந்த வயதிலும் செய்து காட்டுகிறவர்கள் உலகத்தில் இருந்து கொண்டே இருக்கிறார்கள்.

இன்றைக்கு நோபல் பரிசுகள் வரிசையாக அறிவிக்கப்பட்டுக் கொண்டிருக்கின்றன. 1901-வது ஆண்டு தொடங்கப்பட்ட இந்த நோபல் பரிசு வழங்குகிற முறை, நோபல் என்கிறவர் பெயராலே வழங்கப்படத் தொடங்கியது. நூற்றாண்டுக்கும் மேலாக அந்த விருதுகள் வழங்கப்பட்டுக் கொண்டிருக்கின்றன.

சுவீடன் நாட்டிலே பிறந்த அந்த நோபல் அந்த நாட்டிலே இருந்துதான் பரிசுகளை வழங்க

வேண்டும் என்று சொன்னார். அப்போது சுவீடனும் நார்வேயும் சேர்ந்து ஒரே நாடாக இருந்தன. 1905இல் இரண்டும் பிரிந்து போன தற்குப் பிறகு சில பரிசுகள்... விருதுகள் சுவீடனிலே இருந்தும், அமைதிக்கான நோபல் பரிசு என்பது நார்வேயில் இருந்தும் அறிவிக்கப்படுகிறது. டிசம்பர் மாதம் 10-ஆம் தேதி ஒவ்வொரு ஆண்டும் பல்வேறு துறைகளுக்கான நோபல் பரிசுகள் வழங்கப் படுகின்றன. சென்ற ஆண்டு டிசம்பர் 10-ஆம் தேதி விருதுகளைப் பெற்றவர்களிலே ஒருவர் ஆசிஷ். அவருக்கு வயது 90. 90 வயதில் ஒருவர் தொடர்ச்சியாக ஆராய்ச்சி செய்து நோபல் பரிசையும் பெற்றிருக்கிறார் என்றால், நமக்கு வியப்பாக இருக்கிறது. ஏறத்தாழ 87, 88-வது ஆண்டில் அவர் அந்த ஆராய்ச்சிகளைத் தொடங்கு கிறார். பொருளாதாரத் துறையிலே ஆராய்ச்சி செய்திருக்கிறார். டிசைன் தியரி என்பதுதான் அந்த ஆய்வு. அந்த ஆய்வுக்காக மூன்றுபேர் நோபல் பரிசைப் பகிர்ந்து கொண்டிருக்கிறார்கள். அதில் நியோனிஸ் ஆசிஷ் என்கிற அவருக்கு 90 வயது. அவர் சாதித்திருக் கிறார், 90 வயதில் நோபல் பரிசையும் பெற்றிருக்கிறார் என்பது நமக்கு ஒரு பெரிய செய்தியாகத்தான் இருக்கிறது.

எப்போதும் நாம் ஒன்றைக் கவனத்திலே கொள்ளவேண்டும். வயதுக்கும் வாழ்க்கைக்கும் இருக்கிற தொடர்பு என்பது நம் மனத்துக்கும் வாழ்க்கைக்கும் இருக்கிற தொடர்புதான். உற்சாகமான மனம் இருக்கிற வரையிலே வயது என்பது ஒரு தடைக்கல்லாக ஆகி விடாது. வயது முதிர்ந்த காலத்தில் சாதனை புரிந்தவர்களும் உண்டு, மிகச் சின்ன வயதிலேயே சாதனை புரிந்தவர்களும் உண்டு. 44, 45-வயதுக்குப் பிறகுதான் எழுதத் தொடங்கி, தன்னுடைய கடைசி நாட்கள் வரை எழுதிக் கொண்டிருந்த பெர்னாட்ஷாவை நாம் அறிவோம். 22 வயதுக்குள் எல்லாவற்றையும் எழுதி முடித்து விட்டு, இறந்துபோன கீட்ஸ் என்கிற கவிஞரையும் நாம் அறிவோம். இறந்து போனபோது கீட்சுக்கு வயது 22, ஷெல்லிக்கு 26, பைரனுக்கு 30, நம்முடைய ஊரிலேகூட பட்டுக்கோட்டைக் கல்யாண சுந்தரத்துக்கு 29தான் ஆனது அவர் இறந்து போனபோது. பாரதியாருக்கு 39 வயதுதான். எனவே இளமையிலேயே சாதித்தவர்களும் உண்டு. வயது முதிர்ந்த காலத்திலே சாதித்தவர் களும் உண்டு. வயதுக்கும் சாதனைக்கும் நேரடியான தொடர்பு இல்லை என்பது நமக்குப் புரிகிறது.

டிசைன் தியரி என்பது ஆடம்ஸ்மித் என்கிற ஒரு பொருளாதார மேதையின் ஆய்வுகளினுடைய தொடர்ச்சி தான் ஆடம்ஸ்மித் என்கிற அந்த மேதை சொன்ன செய்திகளை மேலும் விரிவாக்கி நுட்பமாக ஆராய்ந்து இந்த 90 வயதுக் கிழவர் நோபல் பரிசையும் பெற்றிருக்கிறார். அவர் அமெரிக்கர் என்று குறிக்கப்பட்டாலும்

அவர் பிறப்பால் ரஷ்ய நாட்டைச் சார்ந்தவர். ரஷ்ய நாட்டிலே பிறந்து, அமெரிக்காவிலே குடி புகுந்து, அமெரிக்கக் குடியுரிமை பெற்று இன்றைக்கு மிசிகன் பல்கலைக்கழகத்திலே ஆய்வு நடத்தி அந்தப் பரிசைப் பெற்றிருக்கிறார். வயதைத் தாண்டி, வயதைக் கடந்து, வயதைத் தோற்கடித்து, அந்த மாமனிதர் பெற்றிருக்கிற அந்த வெற்றியை நாம் பார்க்கிறோம்.

அதே போல் இவ்வாண்டும் நோபல் பரிசுகள் அறிவிக்கப் பட்டுள்ளன. மருத்துவத் துறையிலே பிரான்சு நாட்டைச் சார்ந்த பிராங்காயிஸ் சினூசி என்னும் அம்மையார் நோபல் பரிசு பெற்றுள்ளார். இன்றைக்கு மிகச்சிறந்த பெண் கல்வியாளர்கள் வந்திருக்கிறார்கள் என்பதற்கான அடையாளம் சினூசி. மருத்துவத் துறையிலே இன்னொரு பிரான்சு நாட்டவரோடு அந்த நோபல் பரிசை அவர் பகிர்ந்து கொண்டிருக்கிறார். அவர்களினுடைய ஆய்வு முழுவதும் எய்ட்ஸ் பற்றிக் கண்டு பிடிப்பதுதான். அதிலும் குறிப்பாகச் சினூசியினுடைய பார்வை என்னவாக இருந்திருக்கிறது என்றால், அந்த வைரசைக் கண்டுபிடிப்பேன் என்பது ஒரு பக்கத்திலே இருந்தாலும், அந்த வைரஸ் தாயிடம் இருந்து குழந்தைக்குப் போகவிடாமல் இருக்க வேண்டும் என்பதற்கான ஆய்வைத்தான் அவர் மேற்கொண்டிருக்கிறார்.

எந்தக் குற்றமும் செய்யாதது குழந்தை. ஆணும் பெண்ணும் தவறுதலாக உறவு கொள்வதன் மூலமாக அந்த எய்ட்ஸ் என்கிற நோய் வரக்கூடும் என்று சொல்கிறார்கள். சமூக உறவுகளை மீறிய ஒரு தாய்க்கு ஏற்பட்ட நோய் அந்தக் குழந்தைக்கும் வருகிறதே, அதை எப்படியாவது தடுத்து விடவேண்டும் என்பதைத் தன்னுடைய ஆய்வாகச் சினூசி மேற்கொண்டிருக்கிறார்.

அந்த வைரசைக் கண்டுபிடிக்கிற ஆய்விலே இருந்தது ஒரு ஆணாக இருந்திருந்தால் இந்தப் போக்கிலும் இந்தப் பார்வையிலும் இவ்வளவு கவனம் இருந்திருக்குமா என்று சொல்ல முடியாது. ஒரு பெண்ணுக்குத்தான் தாய்மை புரிகிறது. ஒரு பெண்ணுக்குத்தான் குழந்தையினுடைய நிலைமை புரிகிறது. ஆகையினாலே தாய்ப்பால் மூலமாக தாயிடம் இருந்து குழந்தைக்கு அந்த நோய் போய்விடாமல் இருப்பதற்காக என்னென்ன வழிகள் இருக்கின்றன என்று கண்டுபிடித்திருப்பதுதான் சினூசியினுடைய ஆய்வு. அதற்காக அவர் நோபல் விருது பெற்றிருக்கிறார்.

நோபல் பரிசை பெற்றிருப்பவர்களிலே குறிப்பிடத்தக்கவர் களாக ஆஷிசும், சினூசியும் இருக்கிறார்கள். எனவே இவர் களைப் பார்த்து, வியப்படைவது, பாராட்டுவது என்பது ஒரு பக்கம் இருக்க, கற்றுக் கொள்வது என்பது முதலாவதாக இருக்க வேண்டும். □

ஏழு செல்வங்கள்

உடல்தான் எல்லாவற்றுக்கும் ஆதாரமாக இருக்கின்றது. உடல் சீரழிந்து போய் விடுமேயானால், பிறகு மற்ற செல்வங்கள் எல்லாம் இருந்து பயனில்லை.

ராபின்சர்மா என்கிற ஒரு அமெரிக்கர் எழுதியுள்ள புத்தகம் The Greatnes Guide என்பது. அதனுடைய தமிழாக்கம் மேன்மைக்கான வழிகாட்டி அண்மையிலே வெளிவந்திருக்கிறது. அந்தப் புத்தகத்தைப் படித்தபோது பல சின்னச் சின்னச் செய்திகள், வாழ்க்கையின் பெரிய பெரிய உண்மைகளை உணர்த்துவதாக இருந்தன. இன்றைக்கு உலகத்திலே இருக்கிற பன்னாட்டு நிறுவனங்களான அமெரிக்கன் எக்ஸ்பிரஸ், இன்போசிஸ் முதலான பல நிறுவனங்களினுடைய மேலாளர்களுக்குப் பயிற்சி வகுப்பெடுக்கிறபோது ராபின்சர்மா பேசியது ஒரு கட்டுரையாக வெளிவந்துள்ளது.

அந்தக் கட்டுரையினுடைய தலைப்பு, செல்வத்தின் ஏழுவிதங்கள் என்பது. நாம் ஒவ்வொருவரும் அறிந்து கொள்ளவேண்டிய செல்வமாகவே அது இருக்கிறது. பொதுவாக யார் பணம் வைத்திருக்கிறார்களோ அவர்களைத்தான் நாம் செல்வந்தர் என்று சொல்கிறோம். ராபின்சர்மா சொல்கிறார், பணம் வைத்திருக்கிறவர்கள் செல்வர்கள்தான். செல்வத்துக்கு பணம் ஒரு அடிப்படைக் காரணம் மறுக்க முடியாது. ஆனால் நம்மிடம் இருக்க வேண்டிய ஏழு செல்வங்களில் பணம் ஒன்று, அது ஏழில் ஒரு பகுதியே தவிர, முற்றும் அதுதான் என்று

கருதுவதும், அந்தப் பார்வையும் சரியானதில்லை என்பதுதான் அவருடைய பேச்சு. அப்படியானால் மீதம் இருக்கிற ஆறு செல்வங்கள் என்ன என்பதை அவர் வரிசைப்படுத்துகிறார்.

ஒருவனை செல்வந்தன் என்று நாம் சொல்ல வேண்டும் என்று சொன்னால், அவனிடத்திலே இந்த ஏழு செல்வங்களும் இருக்க வேண்டும்.

- முதல் செல்வம் உடல் நலம்தான்.
- இரண்டாவது செல்வம் மனநலம்.
- மூன்றாவது செல்வம் குடும்ப நலம்.
- நான்காவது செல்வம் தொழில் நலம்.
- ஐந்தாவது செல்வம் பண நலம்.
- ஆறாவது செல்வம் இலட்சிய நலம்.
- ஏழாவது செல்வம் புகழ் நலம்.

என்று ஏழு நலன்களை அவர் வரையறுக்கிறார்.

உடல் நலத்துக்கு என்ன அவ்வளவு முக்கியத்துவம் என்றால், இந்த உடல்தான் எல்லாவற்றுக்கும் ஆதாரமாக இருக்கின்றது. உடல் சீரழிந்து போய் விடுமேயானால், பிறகு மற்ற செல்வங்கள் எல்லாம் இருந்து பயனில்லை. மிக அழகான வரியை அவர் குறிப்பிடுகிறார். மிகப்பெரிய பணக்காரனாக இருக்கலாம், ஆனால் மருத்துவமனையிலே இருக்கிற பணக்காரனைக் காட்டிலும், சுதந்திரமாக உலவ முடிகிற உடல் நலம் உள்ள உழைப்பாளி மகிழ்ச்சியாக இருப்பான் இல்லையா என்று கேட்கிறார். எவ்வளவு கோடீசுவரனாக இருந்தாலும் மருத்துவமனையிலே படுத்திருக்கிறபோது, அவன் மகிழ்ச்சியாக இருக்க முடியாது. மற்ற செல்வங்கள் எல்லாம் இருக்கலாம். உடல்நலம் என்கிற ஒரு செல்வம் இல்லாமல் போய் விடுமானால் மற்ற செல்வங்களை எல்லாம் அவனால் துய்க்க முடியாது.

மறைந்த கவிஞர் கண்ணதாசன் அவர்கள்தான் ஒருமுறை மிக அழகாக ஒரு விடையைச் சொன்னார், உலகத்திலே மிகப் பெரியது எது என்று கேட்டபோது, அவர் பணம் என்று சொல்லியிருக்கலாம். ஆனால் அப்படிச் சொல்லாமல் கண்ணதாசன் சொன்னார், உடல்

நலம் மட்டும் இருந்து விடுமானால், பிறகு உலகத்திலே உள்ள எல்லாச் செல்வங்களையும் பணம் காலடியிலே கொண்டு வந்து குவிக்கும் என்று சொன்னார். நீ போக வேண்டியதுகூட இல்லை. பணம் எல்லாவிதமான நலன்களையும் உன் காலடியிலே கொண்டு வந்து குவிக்கும். ஆனால் ஒரு நிபந்தனை மட்டும் இருக்கிறது அது உடல் நலம். உடல் நலம் என்பது பெரிய ஒரு செல்வம்.

அடுத்ததாக மனநலம் என்பது அதைவிடப் பெரிய செல்வம். நமக்கு மனம் ஆரோக்கியமாக இருக்கிறது, அதிலே குறைபாடு இல்லை என்பது மட்டுமல்ல. அந்த மனம் அன்பினால் நிறைக்கப்பட்டிருக்க வேண்டும், நுட்பமான அறிவைக் கொண்டதாக இருக்க வேண்டும், மனித நேயம் உடையதாக இருக்க வேண்டும், தொலைநோக்குப் பார்வை உடையதாக இருக்க வேண்டும், அமைதியை நாடுவதாக இருக்க வேண்டும். இத்தனையும் இருந்தால்தான் அது மனநலம். மனநலம் உடையவர்களால்தான் மற்ற காரியங்களை எல்லாம் செய்ய முடியும்.

மூன்றாவதாக ராபின்சர்மா சொல்கிறார், குடும்ப நலம் என்பது இன்னொரு செல்வம். அருமையான செல்வம். நீங்கள் என்னதான் அறிவாளியாக இருந்தாலும், என்னதான் செல்வாக்கு உடையவராக இருந்தாலும், வீடு என்பது நிம்மதியற்றுப் போகுமேயானால், உங்களால் இயங்க முடியாது. வீடுதான் உங்களினுடைய தொடக்கம். வீடு என்பது உங்களுடைய குடும்பம் மட்டுமல்ல, உங்களைச் சுற்றியிருக்கிற உறவினர்கள், நண்பர்கள் என்று நீங்கள் வைத்துக் கொள்ளலாம். எனவே நமக்கு உடல் நலம் வேண்டும், மன நலம் வேண்டும், உறவுகளோடு... குடும்பத்தோடு... மகிழ்ச்சியான தொடர்பு இருக்க வேண்டும். எந்த நேரமும் வீட்டுக்குள்ளே நுழைந்தால் ஒரு சிக்கலும் பிரச்சினையுமாக இருக்குமென்று சொன்னால், நம்மால் வெளியிலும்கூடச் சரியாகச் சிந்திக்க முடியாது. எனவே குடும்பத்தோடு ஆகிய தொடர்பு என்பதை நாம் எப்போதும் கவனமாய் வைத்துக் கொள்ள வேண்டும். இங்கே வெளியிலேயே கவனம் செலுத்துகிறோம் என்பதினாலே குடும்ப உறவுகள் சிதைந்து போய்விடாமல் பார்த்துக் கொள்ளவேண்டும்.

பிறகு தொழில் நலம் என்று சொல்கிறார். அது ஒரு செல்வம். எந்த இடத்தில் நம்முடைய தொழில் நடக்கிறதோ, அல்லது எங்கே நாம் வேலை பார்க்கிறோமோ, அங்கே நம்முடைய உறவும், அங்கே நம்முடைய மனநலமும் எப்படி இருக்கின்றன என்பது. ஏறத்தாழ வீட்டில் கழிக்கிற நேரத்திற்கு இணையாகத் தொழில் சார்ந்த இடங்களிலேயும் நம்முடைய நேரம் கழிகிறது. ஆகையினாலே தொழிலகம் என்பதும்கூட நமக்கு மிகக் கவனமாக இருக்க வேண்டிய இடம். எனவே அது நான்காவது செல்வம்.

ஐந்தாவது செல்வமாகத்தான் ராபின்சர்மா பணத்தைக் குறிக்கிறார். அது ஒரு செல்வம்தான் இல்லை என்று யார் சொல்ல முடியும். பணம் இல்லாமல் இந்த உலகத்தில் யாரால் வாழ முடியும். பணம் என்பதுதான் நம்முடைய வேட்கைகளை நிறைவேற்றுகிறது. பணம் என்பதுதான் நம்மடைய வாழ்க்கையை எளிதாக்குகிறது. பணம் இல்லை என்றால் நீங்கள் பத்து மைல் நடக்கவேண்டும். பணம் இருந்தால் மகிழ்வுந்திலே போகலாம். வாழ்க்கையை அது

எளிமையாக்குகிறது. நேரத்தை மிச்சமாக்கு கிறது. எனவே பணம் ஒரு செல்வம்தான் ஆனால் அது ஐந்தாவது செல்வம்.

ஆறாவதாக ஒரு செல்வத்தை அவர் குறிப்பிட்டார். எவன் ஒருவன் லட்சிய வெறியோடு இருக்கிறானோ அவன்தான் தொடர்ந்து காரியங்களைச் செய்வான். முடிந்து போயிற்று என்று கருதுகிறவன் எவனும் தொடர்ந்து பணியாற்றமாட்டான். எவரையாவது இமயம் என்றும் சிகரம் என்றும் சொன்னால் அவருடைய வேலை முடிந்து விட்டது என்று பொருள். சிகரத்திற்கு மேலே என்ன இருக்கிறது. எனவே அதையும் தாண்டிப் போக வேண்டும் என்கிற வெறியை தனக்குள் வளர்த்துக் கொள்கிறபோது மட்டும்தான் நம்மாலே இயங்க முடிகிறது. எப்போதும் இயக்கம் என்பது அடுத்த கட்டத்தை நோக்கியதுதான். கடந்து வந்த பாதையை நினைத்துப் பார்ப்பது இயக்கமன்று. அடுத்த கட்டத்தை நோக்கியதுதான். எழுத்தாளருக்கு இன்னொரு புத்தகம் எழுத வேண்டும், ஒரு கலைஞருக்கு இன்னொரு படைப்பை உருவாக்க வேண்டும். விஞ்ஞானிக்கு இன்னொன்றைக் கண்டுபிடித்தே ஆகவேண்டும் என்கிற அடுத்த கட்டத்தை நோக்கிய நகர்வு இருக்கிறது பாருங்கள்... அதிலே இருக்கிற ஒரு வெறி இருக்கிறதே... அது ஒரு செல்வம் என்று ராபின்சர்மா சொல்கிறார். அந்த உணர்வு உந்துதல் நம்முடைய வாழ்க்கையிலே ஒரு செல்வம்.

ஏழாவதாக இருக்கிற செல்வம் என்ன என்று கேட்டால், ஏழாவது கடைசி இடத்திலே இருந்தாலும்கூட அதுதான் எல்லா செல்வங்களுடைய சாரமாக இருக்கிறது. புகழ் என்பது ஒரு செல்வம். ஆறு செல்வத்தைக் கொண்டுதான் இந்த ஏழாவது செல்வத்தைப் பெற முடியும். ஆனால் ஏழாவது செல்வத்தைப் பெற்று விட்டால் இந்த ஆறு செல்வங்களும் என்றைக்கும் மிஞ்சும். உடல் நலம், மனநலம், குடும்ப நலம், தொழில் நலம், மனநலம், லட்சிய நலம், புகழ் நலம் என்கிற இந்த ஏழு நலன்களும் ஏழு செல்வங்கள். இந்த ஏழு செல்வங்களும் யாரிடம் இருக்கிறதோ அவரை நீங்கள் செல்வந்தர் என்று அழைக்கலாம் என்பது அந்தக் கட்டுரையினுடைய சாரம்.

தமிழ் இசை

தமிழ் இசை வேண்டும் என்று கேட்பதற்கு, தமிழ் இசை அறிஞர்கள்தான் முன் வரவேண்டும் என்பதில்லை, இசை அறியாத இசை ஞானமற்ற பாமரர்களும்கூட, எங்கள் தாய் மொழியிலே இசைக்கப்பட வேண்டும் என்று கேட்பதற்கு உரிமை உண்டு.

மார்கழித் திங்கள் மதி நிறைந்த நன்னாளில் எங்கும் தமிழ் இசை பரவும். இசையைக் கேட்டால் துள்ளாத மனமும் துள்ளும். மார்கழி மாதம் முழுவதும் இசை அரங்குகளில் இசை வெள்ளம் பாயும். எல்லாம் மகிழ்ச்சிதான். ஆனால் அந்த இசையெல்லாம் தமிழ் இசையாக இருக்குமா என்றால் கேட்டால், ஏதோ சில அரங்குகளில் துக்கடா பாடல்களாகத் தமிழிசை இருக்குமே தவிர தமிழ் இசைக்கான இடம் தமிழ்நாட்டில் இல்லை... இல்லவே இல்லை என்பதுதான் உண்மையாக இருக்கிறது.

அதற்கான ஒரு நீண்ட நெடிய போராட்டம் தமிழக மண்ணிலே நடந்திருக்கிறது. ஆனாலும்கூட தமிழ் இசை தன்னிடத்தைப் பெறவில்லை. இப்போதும் தமிழ்ப் பிள்ளைகளிடம் நாம்போய்த் தமிழ் இசை மூலர் யார் என்று கேட்டால், தியாகய்யர், முத்துச்சாமி தீட்சிதர், சியாமா சாஸ்திரி என்றுதான் கூறுவார்கள். முத்துத்தாண்டவர், அருணாச்சலக் கவிராயர், மாரிமுத்தாப்பிள்ளை என்று தியாகய்யருக்கும் ஒரு நூற்றாண்டுக்கு முன்னாலே வாழ்ந்த தமிழ் இசை மூவர்களை நம்முடைய தமிழ் மக்களே இன்னமும் அறியவில்லை. தமிழ் இசை மூவர் என்றால் அது முத்துத்தாண்டவரையும், அருணாச்சலக்

கவிராயரையும், மாரிமுத்தாப்பிள்ளையையும்தான் குறிக்கும் என்பது இசை அறிந்தவர்கள் அறிந்த செய்தி. அவர்கள் தான் காலத்தால் மூத்தவர்கள். அவர்கள்தான் பல்வேறு பண் இசையை நமக்கு வடித்துத் தந்தவர்கள், அவர்களினுடைய இசை வரலாற்றில் தமிழ் இசையை தமிழ் இசை எப்படிக் கர்நாடக சங்கீதமாக மாறிற்று என்பதை இன்றைக்குப் பல்வேறு நூல்கள் நமக்கு விளக்குகின்றன. அவற்றில் குறிப்பாக இரண்டு நூல்களைச் சொல்லலாம்.

ஒன்று 1917ஆவது ஆண்டு, ஆபிரகாம் பண்டிதரால் வெளியிடப்பட்ட கருணாமிருதசாகரம். சாகரம் என்றால் கடல். அது இசைக் கடல் பற்றியது. இன்னொன்று விபுலானந்த அடிகள் எழுதிய யாழ் நூல். இரண்டும் தமிழ் இசை பற்றிய வரலாற்றை விரிவாகச் சொல்கின்றன. ஆபிரகாம் பண்டிதர் 1912ஆவது ஆண்டே தஞ்சாவூரில் அதற்கென்று ஒரு பெரிய சங்கத்தை அமைக்கிறார். அந்தச் சங்கத்தின் வாயிலாக எப்படியெல்லாம் தமிழ் இசை வளர்ந்தது என்கிற வரலாற்றை மக்களுக்குச் சொல்கிறார். அதனுடைய தொடர்ச்சியாகத்தான் 17ஆம் ஆண்டு மிகப்பெரிய இசை நூலை அவர் வடித்துத் தருகிறார். அந்த நூல் இன்றைக்கும் இசை அறிவு உள்ளவர்களால் மட்டும்தான் படித்துப் புரிந்து கொள்ளப்படக்கூடிய ஒரு நூலாக இருக்கிறது.

ஆனாலும் தமிழ் நாட்டில் தமிழ் இசை வளரவே இல்லை. அதற்குபிறகு அரசர் அண்ணாமலை அவர்கள்தான் அதற்கான முயற்சிகளை எடுத்துத் தமிழ் இசைச் சங்கத்தை நிறுவுகிறார். தமிழ்நாட்டிலே அண்ணாமலைப் பல்கலைக்கழகம்தான் இசையை ஒரு பாடமாக முதன் முதலில் 1929-லேயே அறிவித்தது. 32ஆவது ஆண்டுக்குப் பிறகுதான் சென்னைப் பல்கலைக்கழகத்திலேயும்கூட அந்த இசைத்துறை உருவாகிறது. எனவே அண்ணாமலை அரசருக்கும், அண்ணாமலைப் பல்கலைக்கழகத்துக்கும் தமிழ் இசையை வளர்த்ததிலே பெரும் பங்குண்டு. அதைப்போலவே திராவிடர் கழகமும், ஆர்.கே.சண்முகம் செட்டியார் போன்றவர்களும் தமிழ் இசைக்காகப் பெரும்பாடு பட்டவர்கள். நாம் அறிந்தவரையில் ஒரு மாநாட்டில் ஒரு அரங்கமே தமிழ் இசை அரங்கமாக அரங்கேறியது 1930ஆவது ஆண்டு மே மாதம் ஈரோட்டிலே நடந்த சுயமரியாதை இயக்க மாநாட்டிலேதான். அங்கேதான் தந்தை பெரியார் அவர்கள் மாநாட்டின் ஒரு பகுதியாக

தமிழ் இசையையே அரங்கேற்றினார். பிறகு பெரியாருக்கு அதிலே ஒரு கருத்துவேறுபாடு வந்தது. இந்தத் தமிழ் இசை என்பது மறுபடியும் மறுபடியும் மூடக் கருத்துக்களை, ஆன்மீகக் கருத்துகளை மட்டுமே பரப்புகிறது என்கிறபோது அவருக்கு ஒரு கோபம் வந்தது. இதற்காகத்தான் தமிழ் இசை என்றால் புரியாத தெலுங்கிலேயே இருந்துவிட்டுப் போகட்டும் என்று அவர் கருதினார். ஆனால் அவர் நோக்கமெல்லாம் இசை கூடாது என்பதன்று. அந்த இசையிலும் நல்ல கருத்துகள் மக்களுக்குச் சொல்லப்படவேண்டும், அறிவார்ந்த செய்திகள் சொல்லப்பட வேண்டும் என்பதுதான். வெறும் பக்தி... பஜனைப் பாடல்களாக மாறி விடக்கூடாது என்று பெரியார் கருதினார்.

இப்படிப்பட்ட ஒரு பெரிய போராட்டம் நடந்ததற்குப் பிறகும்கூட தமிழ் இசை என்பது இங்கே மிகப்பெரிய அளவிலே வேரூன்றவில்லை. புரியாதமொழிக் கீர்த்தனைகளை மக்கள் கேட்டுக் கொண்டிருந்தார்கள். 1928லிருந்து 35 வரைக்கும் தமிழ் இசைக்கான போராட்டம் நடந்த காலம். 1941, 42இல் தமிழ் இசைச் சங்கங்கள் வலிமை பெற்றன. ஒரு தீர்மானத்தை வரலாற்றிலே அந்தச் சங்கங்கள் நிறைவேற்றின, எப்படியென்றால் இனி எந்த அரங்கத்திலே இசை நிகழ்ச்சி நடந்தாலும் 40 சதவீதம் தமிழ் இசை இருக்க வேண்டும். 40 சதவீதம் தெலுங்கு இசை இருக்கலாம். மீதம் இருக்கிற 20 சதவீதம்தான் பிற மொழிகளினுடைய இசைக்கு ஒதுக்கப்பட வேண்டும் என்றுதான் தீர்மானம் நிறைவேற்றப்பட்டது. அப்போதும்கூட, இது தமிழ்நாடு, நூற்றுக்கு நூறு தமிழ் இசைதான் பாட வேண்டும் என்று அல்லாமல், கொஞ்சம் சமரசமாகத்தான் 40 சதவீதமாவது தமிழுக்கு வேண்டும் என்று கேட்கப்பட்டது.

ஆனால் அதற்கே அன்றைக்கு மிகக் கடுமையான எதிர்ப்புகள் வந்தன. மிகப்பெரிய இசை அறிஞர்களான முசிறி சுப்பிரமணிய ஐயர், செம்மங்குடி சீனிவாச ஐயர், முத்தையா பாகவதர் போன்றவர்கள் அதைக் கடுமையாக எதிர்த்தார்கள். அதிலும் குறிப்பாகச் செம்மங்குடி சீனிவாச ஐயரினுடைய எதிர்ப்பு குறிப்பிடத்தக்க ஒன்றாக இருந்தது. அன்றைக்கு அவர்தான் இசையினுடைய பெரிய மேதை. அவர் இந்த சதவீதக் கணக்கைக் கடுமையாக எதிர்த்தார். இசை அறிஞர்களுக்கும், ஞானிகளுக்கும் இசையறியாத பாமரர்கள் எல்லாம் இப்படி ஒரு அளவு நிர்ணயிக்க

முடியாது, அதை நாங்கள் ஏற்க முடியாது என்று அவர் சொன்னார். அவர் பயன்படுத்திய அந்தச் சொற்கள் கொஞ்சம் கடுமையான தாகத்தான் இருந்தன. ஒன்றும் அறியாத பாமரர்களிடமிருந்து நாங்கள் கட்டளை பெற முடியாது என்றார்.

தமிழ் இசை வேண்டும் என்று கேட்பதற்கு, தமிழ் இசை அறிஞர்கள்தான் முன் வரவேண்டும் என்பதில்லை, இசை அறியாத இசை ஞானமற்ற பாமரர்களும்கூட, எங்கள் தாய் மொழியிலே இசைக்கப்பட வேண்டும் என்று கேட்பதற்கு உரிமை உண்டு. ஆனாலும் அன்றைக்கு முந்தையா பாகவதர் போன்றவர்களெல் லாம் நாங்கள் தமிழில் பாடமாட்டோம், தெலுங்குக் கீர்த்தனை களையும், வடமொழிக் கீர்த்தனைகளையும் கேட்டால் கேளுங்கள், கேட்காவிட்டால் போங்கள் என்று சொல்கிற அளவிலேதான் இருந்தது.

ஆனால் அந்த நிலை இன்றைக்கு மாறியிருக்கிறது என்றாலும், இன்னும் பெருமளவில் தமிழ் இசை தமிழ்நாட்டில் கேட்கவில்லை. இதோ மார்கழி மாதம் வருகிறது, இந்த மார்கழியிலும்... இனி வருகிற மார்கழிகளிலும் தமிழ் இசை தமிழ்நாட்டில் பரவ வேண்டும் என்பது நம்முடைய விருப்பம்... நம்முடைய வேட்கை.

□

எரிகிறது ஈழம்

உலகத்தில் எந்த மூலையில் மனித உரிமைகள் மீறப்பட்டுக் கொல்லப்பட்டாலும், இந்த உலகத்தினுடைய எந்த ஒரு மூலையில் யார் உணவற்றவர்களாக, உடையற்ற வர்களாக மாற்றப்பட்டாலும், அந்த மக்களுக்காகக் குரல் கொடுப்பது என்பதுதான், மனிதர்களுக்கான ஒரு அடிப்படையான அடையாளம்.

அண்மையில் திருச்சி தொடர் வண்டி நிலையத்திலே ஒரு நிகழ்வு நடைபெற்றது. ஏறத்தாழ 20 வயது மதிக்கத்தக்க இளைஞன் குடுகுடுவென்று அந்த ரெயில்வண்டி நிலையத்துக்குள்ளே போனான். தொடர்வண்டிகள் போய்க்கொண்டிருந்ததை மிகுந்த வியப்போடு பார்த்தான். அவன் என்ன பார்க்கிறான் என்றுகூட யாருக்கும் தெரியவில்லை. மிகுந்த வியப்போடு பார்த்தான். பிறகு திரும்பி வருகிறபோது, உனக்கான பயணச்சீட்டு எங்கே என்று அங்கே இருக்கிற அதிகாரி கேட்டார். எதற்கு என்று கேட்டான். நடைமேடைக்குப் போகிறபோது பிளாட்பாரம் சீட்டு வாங்க வேண்டும் என்பதை அந்த இளைஞன் அறிந்திருக்கவில்லை. வயது 20 என்பதைக் கவனத்திலே வைத்துக் கொள்ள வேண்டும்.

எங்கே போகிறாய்? எதற்காக இப்படி ஓடிவரு கிறாய்? எங்கே சீட்டு என்று கேட்டபோது ரயில் பார்ப்பதற்காக வந்தேன் என்றான். 20 வயதுப் பையன் ரயில் பார்க்கிறானா என்று விசாரித்த போதுதான், அவன் ஈழத்திலே இருந்து அகதியாய் வந்திருக்கிறான் என்பதும், வாழ்க்கையில் முதல் முதலாக ரயிலைப் பார்க்கிறான் என்பதும் அப்போதுதான் தெரிந்தது. அப்படி உள்ளே

போவதற்கு ஒரு நடைமேடைச் சீட்டு வாங்க வேண்டும் என்பதுகூட அவனுக்குத் தெரியவில்லை. ஏனென்றால் அந்தத் தலைமுறை அங்கே தொடர்வண்டியைப் பார்த்ததில்லை, அகதியாக இங்கே வந்திருக்கிறார்கள்.

தொடர்வண்டிகளை மட்டுமல்ல, இதோ கூப்பிடுகிற தூரத்தில் இருக்கிற ஈழத்தில் ஒரு தலைமுறை எவற்றையெல்லாம் இழந்திருக்கிறது என்று கணக்குப் பார்த்தால், நம் நெஞ்சம் கனக்கிறது. இங்கே நமக்கு ஒரு ரூபாய்க்கு ஒரு கிலோ அரிசி கிடைக்கிறது. அங்கே 200, 300 ரூபாய் கொடுத்தால்கூட ஒரு கிலோ அரிசி கிடைக்காது. இங்கே சில மணிநேரம் மின்வெட்டு என்பதே நம்மைச் சிதைத்து விடுகிறது. ஆனால் அங்கே ஒரு தலைமுறையே மின்சாரத்தைப் பார்க்காமல் இருக்கிறது.

கவிஞர் காசியானந்தன் சொல்வதுபோல, நம்முடைய ஊரின் ஓரத்தில் சுடுகாடு இருக்கிறது. அங்கே சுடுகாட்டுக்கு நடுவே கொஞ்சம் ஊரும் இருக்கிறது. இதுதான் இன்றைக்கு அங்கே இருக்கிற நிலை. உண்மையாக நடந்த ஒரு செய்தியைச் சொல்ல வேண்டுமானால், ஈழத்திலே இருந்து தொலை பேசுகிற ஒரு இளைஞர், இயல்பாக வலிமையான குரல் உள்ளவர். கம்பீரமாய் அவருடைய குரல் இருக்கும், அன்றைக்கு அவர் பேசுகிறபோது அது தளர்ந்திருந்தது. நான் திரும்பத் திரும்பக் கேட்கிறேன், உடல் நலம் இல்லையா? ஏன் குரல் ஒரு மாதிரியாக இருக்கிறது? இல்லை ஒன்றுமில்லை என்று சொல்லிவிட்டு, அவர் செய்திகளையே பேசுகிறார். என் கவனம் அவர் செய்தியைத் தாண்டி அவர் குரல் பற்றியதாகவே இருக்கிறது. எதற்காக ஏன் ஒரு மாதிரியாக பேசுகிறீர்கள், ஏதாவது குண்டு விழுகிறதா? ஏதாவது நிகழ்ந்து கொண்டிருக்கிறதா என்று கேட்டால், நான் மிகவும் வலியுறுத்திய காரணத்தால் கடைசியாக அவர் சொன்னார். இல்லையண்ணா, வேறொன்றும் இல்லை, சாப்பிடவில்லை என்று சொன்னார்.

ஒரு நாளைக்கு ஒருவேளைதான் அவர்களால் சாப்பிட முடிகிறது. பட்டினி என்பது அங்கே வாழ்க்கை முறையாக ஆகியிருக்கிறது. நாம் இங்கே போராட்டம் நடத்துவதற்காகப் பட்டினி கிடக்கிறோம். அவர்கள் பட்டினியோடு போருக்கு முகம் கொடுக்கிறார்கள். பீரங்கிக் குண்டுகள் அவர்கள் வீட்டு

வாசல்களிலே வந்து விழுகின்றன. அங்கே வந்து விழுகிற குண்டுகள் எப்படிப்பட்டவை தெரியுமா? டன் கணக்கு எடையுள்ள குண்டுகள். வந்து விழுந்தால் ஏறத்தாழ 200 அடிக்கு பள்ளம் பறிக்கின்றன என்கிறார்கள். பல இடங்களில் தண்ணீர் பீய்ச்சி அடிக்கிறது. தன் சொந்த மக்கள் மீது ஓர் அரசு இப்படிப் போர் நடத்திக் கொண்டிருக்கிறது. அதை உலகம் வேடிக்கை பார்த்துக் கொண்டிருக்கிறது. இதுதான் இன்றைய நிகழ்வு.

மல்டிபேரல் ஆர்ட்லரி என்று அவர்கள் சொல்கிறார்கள். அதனை ஒருமுறை இழுத்து விட்டால், ஐந்து குண்டுகள் சிதரும். இன்றைக்கு ஒருமுறை இழுத்துவிட்டால் பல்வேறு திசைகளில் 70 குண்டுகள் சிதறும். ஒரே ஒருமுறை அந்தக் குழலை இழுத்தால் பல திசைகளில், நேர் திசைகளில் மட்டுமல்ல... பக்கவாட்டிலே இருக்கிறவன், இந்தப் பக்கத்திலே இருக்கிறவன், அந்தப் பக்கத்திலே இருக்கிறவன், தொலைதூரத்திலே இருக்கிறவன் ஏறத்தாழ 30, 40 கிலோ மீட்டருக்குப் பாய்கிற அந்தக் குண்டுகள் பல திசைகளிலும் 70 குண்டுகள் பாய்கின்றன என்பது இன்றைக்கும் அங்கே இருக்கிற ஒரு நிலையாக இருக்கிறது.

இப்போதுதான் தமிழகத்திலே அந்தத் துன்பம் அறிந்து எல்லோரும் எழுந்திருக்கிறார்கள். முதல்முறையாகக் கட்சி வேறுபாடே இல்லாமல் எல்லோரும் அந்த மக்களுக்குத் தங்கள் ஆதரவைத் தெரிவித்திருக்கிறார்கள். கட்சிகள் போராடுகின்றன. வணிகர்கள் கடையடைக்கிறார்கள். திரைப்படக் கலைஞர்கள் ஊர்வலம் செல்கின்றனர். மக்கள் கண்ணீர் சிந்துகிறார்கள். இப்போதுதான் தன் சொந்தத் தமிழன் சாகிறபோது, அழுவது சட்ட விரோதம் இல்லை என்றாவது ஆகியிருக்கிறது. உலகத்திலேயே அழுவது சட்ட விரோதம் என்று யாரும் சொன்னதில்லை. ஆனால் கடந்த காலங்களிலே நம்முடைய வாழ்க்கை அப்படித்தான் இருந்தது. அவர்களுக்காக நாம் போராட வேண்டியதில்லை. அவர்களுக்காக ஆயுதம் வழங்க வேண்டியதில்லை. குறைந்த பட்சம் அழக்கூடாதா? என்று கேட்ட காலங்களைத் தாண்டி, இன்றைக்கு அழலாம் என்கிற அளவுக்கான ஒரு நிலையாவது நம் நாட்டிலே வந்திருக்கிறது.

ஆனால் அழுவதல்ல அவர்களுக்கான ஆதரவு. அவர்கள் தமிழர்கள் என்பதற்காக மட்டுமல்ல, குறைந்த பட்சம் மனிதர்கள்

என்றுகூட நாம் பார்க்கக்கூடாதா? உலகத்தில் எந்த மூலையில் மனித உரிமைகள் மீறப்பட்டுக் கொல்லப்பட்டாலும், இந்த உலகத்தினுடைய எந்த ஒரு மூலையில் யார் உணவற்றவர்களாக, உடையற்றவர்களாக மாற்றப்பட்டாலும், அந்த மக்களுக்காகக் குரல் கொடுப்பது என்பதுதான், மனிதர்களுக்கான ஒரு அடிப்படையான அடையாளம். அதுவும் அவன் தன் சொந்த இனத்தவனாக இருக்கிறபோது, கூப்பிடுகிற தொலைவிலே இருக்கிறபோது, நம் நெஞ்சம் கனக்கிறது. அந்தக் குரல் ஓங்கி ஒலிக்கிறது.

இன்றைக்கு ஈழம் என்கிற அந்தத் தேசம் முழுவதும் ரத்தம் தோய்ந்த நாடாக இருக்கிறது. முதலமைச்சர் கலைஞர் அவர்கள் குறிப்பிட்டதுபோல, எல்லாத் தமிழனினுடைய ரத்தமும் சிந்தப்படாமல் அந்த உரிமைப் பூ, விடுதலைப் பூ, அவர்களுடைய வாழ்க்கைப் பூ மலர வேண்டும் என்பதுதான் உலகம் முழுவதும் இருக்கிற தமிழர்களின் வேட்கையாக இருக்கிறது. மனித நேயத்தைத் தாண்டித் சிறந்த மதம் உலகத்தில் எதுவுமில்லை. எனவே செத்துக் கொண்டிருக்கிற தமிழனுக்காக... செத்துக்கொண்டிருக்கிற மனிதனுக்காகக் குரல் எழுப்புவதும், போர் நிறுத்தம் வேண்டும் என்று குரல் எழுப்புவதும்தான், இன்றைய உடனடித் தேவை.

□

பராசக்தியும் பணமும்

ஒரு திரைப்படத்திற்குப் பத்து பக்கங்கள் விமர்சனம். அதுவும் அட்டைப் படத்திலே அந்தச் செய்தி. பரப் பிரம்மம் என்று அதற்கு ஒரு கேலியாகப் பெயரும் கொடுத்து, இப்படி ஒரு படம் வந்திருக்கிறதே என்று ஒரு கடுமையான விமர்சனம் வந்திருக்கிறது.

1952 ஆவது ஆண்டு அக்டோபர் மாதம் 17ஆம் தேதி தமிழகமெங்கும் ஒரு திரைப்படம் வெளியிடப்பட்டது. அந்தப் படத்தினுடைய பெயர் பராசக்தி. அது மிகப்பெரிய புழுதியைக் கிளப்பும் என்று அப்போது யாரும் எதிர்பார்க்கவில்லை. ஆனால் அந்தப் படம் வெளிவந்த உடனேயே மிகப் பல எதிர்ப்புகள் கிளம்பின. அன்றைக்கு குண்டூசி என்று ஒரு பத்திரிகை வெளிவந்து கொண்டிருந்தது. அந்தப் பத்திரிகையினுடைய ஆசிரியர் வி.ஆர்.எஸ்.கோபால். அந்தப் பத்திரிகையில் அவரே எதிர்ப்பு விமர்சனத்தை எழுதி இருந்தார்.

இந்தப் படத்தை வெளியிட்டிருக்கவே கூடாது என்பது அவருடைய வாதம். அவர் எழுதுகிற போதே இந்த விமர்சனத்தை இப்படித் தொடங்குகிறார். இந்தப் படத்தைப் பார்க்கிறபோது தணிக்கை அதிகாரிகள் தூங்கி விட்டார்கள் போலிருக்கிறது. இதில் வருகிற காட்சிகளை வெட்ட வேண்டும் என்று சொன்னால், படத்தில் ஏறத்தாழ ஐந்து ஆறு காட்சிகளைத் தவிர வேறு எதுவும் மிஞ்சாது. என்று அந்தக் குண்டூசிப் பத்திரிகை மிகக் கடுமையாக ஒரு விமர்சனத்தை எழுதியது. இது ஆத்திகர்களினுடைய மனத்தையெல்லாம் புண் படுத்துகிறது. இப்படி ஒரு படம் தமிழ்நாட்டில் ஒரு நாளும்

வரவேகூடாது என்று அந்தப் பத்திரிகை எழுதியது. அது மட்டுமல்லாமல், குன்றக்குடி அடிகளார் போன்றவர்கள் எல்லாம் அந்தப் படத்தைக் கடுமையாக எதிர்த்திருக்கிறார்கள் என்கிற குறிப்பு விமர்சனத்திலே இருக்கிறது. அது உண்மையான செய்திதானா என்பதை நாம் சரிபார்த்துக் கொள்ளவேண்டும். ஆனால் அந்தப் பத்திரிகையிலே அப்படி ஒரு செய்தி இருக்கிறது. மிகக் கடுமையான விமர்சனத்தை எழுதி, உடனடியாக அந்தப் படம் தடை செய்யப்படவேண்டும், அல்லது குறைந்த பட்சம் அதிலே இருக்கிற சில காட்சிகளையாவது வெட்டித் தூக்கி எறியவேண்டும், குறிப்பாக, ஒரு கோயில் பூசாரி ஒரு பெண்ணிடம் தவறாக நடந்து கொள்ள முயல்வதைப்போல் இருக்கிற அந்தக் காட்சி முழுமையாக வெட்டப்பட வேண்டும் என்று குண்டூசி எழுதுகிறது.

இன்னொரு பத்திரிகை தினமணிக்கதிர். துமிலன் அதனுடைய ஆசிரியர். பத்துப் பக்கங்களில் விமர்சனம் எழுதப்படுகிறது. ஒரு திரைப்படத்திற்குப் பத்து பக்கங்கள் விமர்சனம். அதுவும் அட்டைப் படத்திலே அந்தச் செய்தி. பரப் பிரம்மம் என்று அதற்கு ஒரு கேலியாகப் பெயரும் கொடுத்து, இப்படி ஒரு படம் வந்திருக்கிறதே என்று ஒரு கடுமையான விமர்சனம் வந்திருக்கிறது. பிறகு அந்த பராசக்தியினுடைய கதாசிரியரான கலைஞர். பரப் பிரம்மம் என்று அவர்கள் கேலி செய்ததையே நாடகத்திற்குத் தலைப்பாக்கி இன்னொரு நாடகத்தைப் பின்னாலே எழுதினார்.

அந்தப் படத்திற்கு அவ்வளவு எதிர்ப்பு வந்ததற்கான காரணம், எழுத்துக்கள் ஓடுகிற அந்த முதல் காட்சியிலேயே உள்ளது. டைட்டில் என்று நாம் சொல்கிறோமே, அந்தப் பெயர்கள் ஓடுகிற நேரத்திலே பாட்டு வரும். நமக்கெல்லாம் தெரிந்த பாடல்தான், வாழ்க வாழ்கவே... வளமார் எமது திராவிட நாடு வாழ்க வாழ்கவே என்று ஒரு பாடல் வரும். வளமான எமது திராவிட நாடு என்று சொல்கிறபோதே, திரையரங்கம் முழுவதிலேயும் ஒழு பெரிய எழுச்சியை அன்றைக்குப் பார்க்க முடிந்திருக்கிறது. புரட்சிக் கவிஞர் பாரதிதாசன் எழுதிய பாடல் அது. அந்தப் பாட்டில் மிக அற்புதமாக

''ஆற்றில் புனலின் ஊற்றில் கனியின்
சாற்றில் தென்றல் காற்றில் நமது
ஆற்றல் மறவர் செயலில் பெண்கள்
அழகில் கற்பில் சிறந்த நாடு''

வாழ்க... வாழ்கவே! வாழ்க... வாழ்கவே...! வளமார் எமது திராவிட நாடு என்று அந்தப் படம் தொடங்குகிறபோதிலிருந்து,

கடைசியாக வருகின்ற நீதிமன்றக் காட்சி வரையில் அத்தனை காட்சிகளும் ஒரு புதிய எழுச்சியை உருவாக்கின.

இது அக்டோபர் 17. அதே 52ஆவது ஆண்டு அக்டோபர் 27 இல் இன்னொரு படம் வந்தது. அந்தப் படத்திற்குப் பெயர் பணம். அந்தப் படத்திற்கும் கதைவசனம் கலைஞர்தான். அதிலேயும் சிவாஜி கணேசன் நடித்திருக்கிறார். தயாரிப்பாளர்தான் வேறு. பணம் என்கிற படத்தைத் தயாரித்தவர் கலைவாணர் என்.எஸ். கிருஷ்ணன் அவர்கள். அந்தப் படம் அடுத்து வருகிறபோது ஒரு அலையின் மேல் இன்னொரு அலை மேலே வந்து விழுவதுபோல, முழுக்க முழுக்க சுயமரியாதை, திராவிட இயக்க கருத்துப் பிரசாரமாக அந்தப் படம் வருகிறது. அதில் இரண்டு விதமான பாட்டைக் கலைவாணர் வைத்திருக்கிறார் பணத்தை எங்கே தேடுவேன் என்று ஒரு பாட்டு. பணமே நான் உன்னை எங்கே தேடுவேன், ஆண்டி முதல் அரசன் வரை அத்தனை பேரும் ஆசைப்படுகிற பணமே நான் உன்னை எங்கே தேடுவேன். இந்த நாட்டை வளர்த்துச் செழித்து வளமாக்கும் பணமே நான் உன்னை எங்கே தேடுவேன். நீ கள்ளக் கணக்கில் கலந்து கொண்டாயோ? திருப்பதி உண்டியலில் சேர்ந்து கொண்டாயோ, திருவண்ணாமலை கோவிலில் புகுந்து விட்டாயோ, சோற்றுக்குள் தங்கமாய் ஒளிந்திருக்கிறாயோ அல்லது சூடம் சாம்பிராணியாய் புகைந்து போனாயோ. பணமே நான் உன்னை எங்கே தேடுவேன் என்று ஒரு பாட்டு வரும்.

இந்தப் பாட்டு பணத்தைத் தேடுகிற மனிதனைப் பற்றிய பாட்டாக இருந்தாலும்கூட திருப்பதி உண்டியலில் சேர்ந்து விட்டாயோ என்பதும், சூடம் சாம்பிராணியாய்ப் புகைந்து விட்டாயோ என்பதும் மெல்ல மெல்ல ஒரு பகுத்தறிவு கருத்தைச் சொல்வதாக இருந்தது. அதே படத்தில் இன்னொரு பாடலும் வரும். தீனா மூனா கானா, என்று அவர் தொடங்குவார். பக்கத்தில் இருக்கிறவர் என்ன அது என்று கேட்டால், திருக்குறள் முன்னணிக் கழகம் என்று அதற்கு ஒரு விடையும் சொல்வார். அன்றைக்கு தீனா முனா கானா என்று சொன்னால், தமிழ்நாடு முழுவதும் எந்தவிதமான ஒரு ஆர்வம் எழும் என்பது எல்லோருக்கும் தெரியும். அதற்கு அடுத்ததாகச் சொல்வார், இந்த நாட்டுக்கு நல்ல திருக்குறளை தந்த பெரியார் என்று சொல்வார். திருக்குறளைத் தந்தவர் பெரியாரா என்று

கேட்டால், திருக்குறளைத் தந்த பெரியார் வள்ளுவப் பெரியார் என்பார்.

இப்படியெல்லாம் கருத்துக்களைச் சொன்னபோது ஒரு பெரிய எதிர்ப்புகளை இரண்டு படங்களும் எதிர்கொண்டன. அதிலும் கலைவாணர் அவர்கள் என்ன செய்திருந்தார் என்றால், 51 டிசம்பர் மாத இறுதியிலே மூன்று நாட்கள் சென்னை எஸ்.ஐ.ஏ.ஏ. திடலிலே தி.மு.கழகத்தினுடைய முதல் மாநில மாநாடு நடைபெற்றது. அதை அவர் அப்படியே படமாக எடுத்து வைத்திருந்தார். அதை இந்தப் பணம் என்கிற படத்திலே சேர்த்தார். தணிக்கை அதிகாரிகள் அதற்குத் தடை விதித்து விட்டார்கள். கதைக்குத் தொடர்பே இல்லாமல் ஒரு தி.மு.க. மாநாட்டை நீங்கள் காட்டுகிறீர்கள் எனவே இதை அனுமதிக்க முடியாது என்று சொன்னார்கள்.

கலைவாணர் என்ன செய்தார் என்றால் உடனே போய் தன்னுடைய படபிடிப்பு அரங்கத்துக்குள்ளே, ஒரு பெரிய தி.மு.க. மாநாடு மாதிரியே ஒரு காட்சியை அமைத்து அதிலே கதாநாயகன் அங்கே உட்கார்ந்திருக்கிற மாதிரியும், அவனைத் தேடி அங்கே ஒரு நண்பன் வருகிற மாதிரியும் ஒரு காட்சியை அமைத்து இப்போது அதைப் படத்தோடு சேர்த்து எடுத்துக்கொண்டு போனார். மறுபடியும் தி.மு.க. மாநாடா என்றார்கள்? இல்லை. இது கதையோடு சம்பந்தப்பட்டது என்றார். அவர்களால் ஒன்றும் செய்ய முடியவில்லை. அந்தக் காட்சி அந்தப் படத்திலே இடம் பெற்றது.

அந்த நாட்களில் மிகப்பெரிய எதிர்ப்புகளை எதிர்கொண்ட அந்த இரண்டு படங்களும், இன்றைக்கு வரைக்கும் பேசப்படுகிற, பாராட்டப்படுகிற படங்களாக இருக்கின்றன. திரைப்பட வரலாற்றில் அவை வெறும் படங்கள் அல்ல. ஒரு புதிய முயற்சிகள். □

தூங்காமல் தூங்கி...

பன்முகத் தன்மையோடு நூல்கள் வருகிற போதுதான், ஒரு மொழியினுடைய இலக்கிய வளம் மேலேறும். வெறும் கவிதைகள் கதை கள் எழுதிக் கொண்டிருப்பதால் நம்முடைய இலக்கியம் உயர்ந்தது என்று சொல்லி விட முடியாது. அறிவியல், மருத்துவ, பொறியியல் துறை, கணிப்பொறி என்று பல்துறை அறிஞர்களும், தங்களின் அனுபவங்களை அழகான இலக்கிய நடையில் எழுதுகிறபோது தான், தமிழ் இலக்கியத்தினுடைய வளமை மேலும் மேலும் வளம் பெறும் என்பது உண்மை.

ஒரு முறையான இலக்கிய மரபு என்பது புலவர்களால் மட்டும் உருவாக்கப்படுவதில்லை. கதையை, கவிதையை, கட்டுரையை படைத்துத் தருகிற எழுத்தாளர்களும், புலவர்களும் ஒரு மொழிக்கு இலக்கிய வளம் சேர்க்கிறார்கள் என்பது உண்மை தான். ஆனால் அவர்களினுடைய எழுத்துகள் மட்டுமே போதுமானவை என்று சொல்ல முடியாது. இலக்கியம் என்பது பன்முகத் தன்மையுடையது. பல்வேறு துறைகளிலே பணியாற்றுகிறவர் களும்கூட தங்களின் அனுபவங்களை இலக்கியங் களாக வடித்துக் கொடுக்கிறபோது, அந்த மொழியினுடைய இலக்கிய வளம் இன்னும் மேலேறுகிறது.

தூங்காமல் தூங்கி என்று ஒரு மருத்துவர் எழுதியிருக்கிற புத்தகத்தை அண்மையிலே நான்

படித்தேன். தூங்காமல் தூங்கி என்கிற தலைப்பு, ஒரு இலக்கியத் தலைப்பு போலத்தான் இருக்கிறது. அந்த நூலை எழுதியிருப்பவர் 35 ஆண்டு காலம் மயக்க மருந்து இயல் துறையிலே பணியாற்றி ஓய்வு பெற்றிருக்கிற மாணிக்கவாசகம் என்கிற மருத்துவர். தன்னுடைய நீண்ட நெடிய அனுபவங் களில் நடந்த நிகழ்வுகளை, அந்தத்துறை பற்றிய செய்திகளை யெல்லாம் அவர் நூலாக வடித்துத் தந்திருக்கிறார். அவருடைய வாழ்க்கைக் குறிப்பின், ஒரு பகுதி என்றும்கூட அதைச் சொல்லலாம். ஆனால் அந்த நூலினுடைய மிகப்பெரிய சிறப்பு, ஒரு தமிழ் இலக்கியப் புலவர் எழுதியிருப்பது போலவே அந்த நூலின் மொழி நடை அமைந்திருப்பதுதான். தலைப்பே நமக்கு அதைத்தான் உணர்த்துகிறது. ''ஐம்புலனைச் சுட்டறுத்துத் தூங்காமல் தூங்கிச் சுகந்தருவது எக்காலம்'' என்கிற சித்தரின் தலைப்பைத்தான் அவர் தலைப்பாக ஆக்கியிருக்கிறார் என்பது புரிகிறது.

மயக்க நிலையில் இருப்பதுதான், தூங்காமல் தூங்குவது என்பது மிகப் பொருத்தமாக இருக்கிறது. தூங்காமல் தூங்க வைப்பது மருத்துவர்களினுடைய பணி. அவர் தொடக்கத்திலேயே எழுதுகிறார், மயக்க மருந்து இயல்துறையிலே வேலை பார்க்கிற மருத்துவர்களினுடைய பணி, நோயாளியை அறுவை அரங்கில் (ஆபரேஷன் தியேட்டர்) உறங்க வைப்பதோடு முடிந்து விடவில்லை... அங்கேதான் தொடங்குகிறது. யார் உறங்க வைத்தார்களோ... அவர்களே அந்த அறுவை சிகிச்சை முடிந்ததற்குப் பிறகு எழுப்பினால்தான் அந்த வேலை முடிகிறது என்று முதல் பக்கத்திலே சொல்கிறார். மயங்க வைப்பதில்லை, மயக்கத்தை தெளிய வைக்கும் வரை அந்தப் பணி தொடர்கிறது.

எனவே அறுவை அரங்கத்திலே தொடக்கத்திலே இருந்து கடைசி வரைக்கும் அந்த மருத்துவர்கள் கூடவே இருக்கிறார்கள். தொடங்குகிறபோது அந்த மயக்க மருத்துவம் ஒரு நிலையிலே இருக்கும். பிறகு அவர்களுடைய ரத்தக்கொதிப்பு எப்படி இருக்கிறது, நாடி எப்படி இருக்கிறது என்று தொடர்ந்து அறுவை சிகிச்சை நடந்து கொண்டிருக்கிற நேரத்திலும் அவர்கள் பார்த்துக்கொண்டே இருக்கிறார்கள். இறுதியிலே அவர்கள் உயிர் பெற்று வருகிறபோதுதான் இவர்கள் பணி முடிகிறது.

மயக்க மருந்து கொடுப்பதைப்பற்றி அவரே வேடிக்கையாகச்

சொல்கிறார், எங்களைக் குளோரோபாம் டாக்டர் என்றுதான் மக்கள் அழைக்கிறார்கள். ஆனால் உண்மையிலேயே குளோரோபாம் என்கிற மருந்தெல்லாம் வழக்கிழந்துபோய் 50 ஆண்டுகள் ஆகி விட்டன என்கிறார். நமக்குத் தெரியவில்லை, இப்போதும்கூட குளோரோபாம் கொடுத்துக்கொண்டிருக்கிறார்கள் என்று நாம் நினைத்துக்கொண்டிருக்கிறோம், இல்லை. நாம் சுவாசிக்கிற காற்றில் 21 சதவீதம் ஆக்சிஜன் இருக்கும், 69 சதவீதம் நைட்ரஜன் இருக்கும். இந்தக் கலவையை கொஞ்சம் மாற்றி ஆக்சிஜன் அளவைக் கொஞ்சம் கூட்டி நைட்ரஜனினுடைய அளவைக் கொஞ்சம் குறைத்து, அதற்குப் பிறகு ஈதல் என்கிற ஒரு மருந்துக் கலவையையும் சேர்த்துதான் நாங்கள் ஒரு மயக்க நிலைக்கு கொண்டு வருகிறோம். அந்த ஈதல் என்பதும்கூட இப்போது போய் விட்டது. புதிது புதிதாக பல்வேறு மருத்துவ முயற்சிகள் வந்து உள்ளன. என்று அது பற்றியும் எழுதுகிறார்.

ஒருவரை மயக்க நிலைக்குக் கொண்டு வந்ததற்குப் பிறகு, அறுவை சிகிச்சை முடிந்து மயக்கத்தைத் தெளிவித்து, அவரை வெளியே கொண்டுவந்து சேர்க்கிற வரையில் அவர் உயிர் இவர்கள் கையிலே இருக்கிறது என்பதுதான் அந்தப் புத்தகம் தருகிற செய்தி. இப்படி மருத்துவத்துறை சார்ந்த செய்தியாக மட்டுமல்லாமல் 35 ஆண்டு காலத்திலே அவருக்கு ஏற்பட்ட அனுபவங்களையும் சின்னச்சின்ன நிகழ்வுகளாகப் பதிவு செய்திருக்கிறார். சிறுகதைகளைப் படிப்பதுபோல, நாவலைப் படிப்பதுபோல, அடுத்து என்ன நடக்குமோ என்கிற விறுவிறுப்போடு அந்தப் புத்தகத்தை அவர் அமைத்திருக்கிறார்.

ஒரு நிகழ்ச்சியை அவர் எழுதுகிற அந்த விதம் நம் மனத்திலே அப்படியே அதனைப் பதிய வைக்கிறது. புதிதாகத் திருமணம் ஆன ஒருவருக்குக் குடல் இறக்க நோய், 15 நாள்தான் ஆயிற்றுத் திருமணமாகி. அவரை அறுவை சிகிச்சைக்கு அழைத்துப் போகிறார்கள். அவருடைய உறவினர்கள்கூட யாரும் வரவில்லை, புதிய மனைவிமட்டும்தான் பக்கத்தில் இருக்கிறாள். ஏனென்றால் யாருக்கும் அவர்கள் சொல்லவில்லை, பெரிதாக ஆக்கி விடுவார்களோ என்று நினைத்துக்கொண்டு யாருக்கும் சொல்லாமல், இது ஒரு சின்ன அறுவை சிகிச்சைதானே என்று கருதி வந்துள்ளனர். அறுவை அரங்கத்திலேயும்கூட ஒரு பெரிய பரபரப்பு இல்லை. காரணம் அவர் ஒரு ஆரோக்கியமான இளைஞர். இந்த

அறுவை சிகிச்சையும் பெரிய ஆபத்தான ஒன்று இல்லை. எனவே அது எளிமையாக முடிந்து விடும் என்றுதான் அவர்கள் தொடங்குகிறார்கள்.

இவர் மயக்க மருந்தைக் கொடுக்கிறார். கத்தியால் முதல் கோடு போடப்படுகிறபோது, ரத்தக் கசிவு இல்லாமல் வெளிறி இருப்பதைப் பார்த்த உடனேயே அந்த மருத்துவர்கள் அத்தனை பேரும் அதிர்ந்து போகிறார்கள்... அச்சத்திற்குள்ளாகிறார்கள். ஏதோ பிழை நடந்து விட்டது என்று புரிந்து நாடியைப் பார்க்கிறார்கள், நாடி துடிக்கவில்லை, இதயத்திலே கை வைத்துப் பார்க்கிறார்கள் இதயம் இயங்கவில்லை. எல்லோரும் பயந்துபோய் கையுறைகளை யெல்லாம் கழட்டி விட்டு இதயத்தைச் செயற்கையாக இயக்குவதற்கு முயற்சிக்கிறார்கள்.

இவருக்குப் புரிகிறது. அவர்கள் கொடுத்த ஸ்டோலின் என்கிற ஒரு மருந்து தசைகளை, தளர்வடையச் செய்வதற்கானது. அந்த மயக்க மருந்தினுடைய அடிப்படையை மூன்று விதமாகச் சொல்கிறார். ஒன்று மயக்கத்துக்குக் கொண்டு வருவது, இன்னொன்று வலி தெரியாமல் பார்த்துக் கொள்வது, மூன்றாவது தசைகளைச் தளரச் செய்வது. இதுதான் அதனுடைய முக்கோண வேலைத் திட்டம் என்கிறார். அந்த வேலைத் திட்டத்திலே, மருந்து இதயத்தையும் கொஞ்சம் கூடுதலாகத் தளர்த்திச் சில நொடிகளுக்கு இயங்க விடாமல் ஆக்கி விடுகிறது. பிறகு அதற்கு மாற்று மருந்தெல்லாம் கொடுத்து அவரை உயிர்ப்பித்து வெளியே அனுப்புகிறவரையில் இவர்கள் நெஞ்சம் எப்படி படபடத்துக் கொண்டிருந்தது என்பதை ஒரு திகில் கதை படிப்பதைப்போல அவர் எழுதியிருக்கிற விதம், மிக அழகான இலக்கிய மொழியில் உள்ளது.

இப்படிப் பன்முகத் தன்மையோடு பல நூல்கள் வருகிற போதுதான், ஒரு மொழியினுடைய இலக்கிய வளம் மேலேறும். வெறும் கவிதைகள் எழுதிக்கொண்டிருப்பதால்... வெறும் கதைகள் எழுதிக் கொண்டிருப்பதால் நம்முடைய இலக்கியம் உயர்ந்தது என்று சொல்லி விட முடியாது. இப்படிப்பட்ட அறிவியல்துறை, மருத்துவத்துறை, பொறியியல்துறை, கணிப்பொறித்துறை என்று பல்வேறு துறைகளைச் சேர்ந்த அறிஞர்களும், தங்களின் அனுபவங்களை அழகான இலக்கிய நடையில் எழுதுகிறபோது தான், தமிழ் இலக்கியத்தினுடைய வளமை மேலும் மேலும் வளம் பெறும் என்பது உண்மை.

∎